கேரளத்தில் எங்கோ...

# கேரளத்தில் எங்கோ...

லா.ச.ராமாமிர்தம்

**டிஸ்கவரி பப்ளிகேஷன்ஸ்**

எண்: 9, பிளாட் எண்: 1080A, ரோஹிணி பிளாட்ஸ்
முனுசாமி சாலை, கே.கே.நகர் மேற்கு,
சென்னை – 600 078. பேச: 99404 46650

## கேரளத்தில் எங்கோ... (நாவல்)
ஆசிரியர்: லா.ச.ராமாமிர்தம்©

## KERALATHIL ENGO (Novel)
Author: **La.Sa.Ramamirtham**©

1st Edition: April-2016;  2nd Edition: Dec-2021

வெளியீட்டு எண்: 0097

ISBN: 978-93-84301-61-3

Pages: 96

## Rs. 100

Printed: Ramani Print Solutions, Chennai - 5

---

**Publisher • Sales Rights**

| Discovery Publications | Discovery Book Palace (P) Ltd |
|---|---|
| No. 9, Plot,1080A, | No. 6, Mahaveer Complex, |
| Rohini Flats, | Munusamy Salai, |
| Munusamy Salai, | K.K.Nagar West, |
| K.K.Nagar West, | Chennai-600 078. |
| Chennai - 600 078. | Ph: (044) 4855 7525 |
| Mobile: +91 99404 46650 | Mobile: +91 87545 07070 |

discoverybookpalace@gmail.com
WWW.DISCOVERYBOOKPALACE.COM

---

இந்த நூலில் பிரசுரமாகியுள்ள எந்த ஒரு பகுதியையும் பதிப்பாளரின் எழுத்துபூர்வமான முன்அனுமதி பெறாமல் எடுத்தாள்வதோ, மறுபிரசுரம் செய்வதோ, மொழியாக்கம் செய்வதோ, அச்சு மற்றும் மின்னணு ஊடகங்களில் மறுபதிப்புச் செய்வதோ, காப்புரிமைச் சட்டப்படி தடை செய்யப்பட்டுள்ளது. இந்த நூலிலிருந்து குறிப்பிட்ட பகுதிகளை மேற்கோள்காட்டி புத்தக விமர்சனம் செய்ய, ஊடகங்களுக்கு மட்டும் அனுமதி உண்டு.

உங்கள் மொபைல் போனிலிருந்து ஸ்கேன் செய்து 'டிஸ்கவரி புக் பேலஸ்' மொபைல் ஆப்பை டவுன்லோடு செய்து, புத்தகங்களை வாங்குங்கள்.

# தலைமுறை இடைவெளி

மகனே,

இந்த வயதில் எல்லோரும் எனக்கு மகன்களே...

மகனே அனபு, பாசம், மரியாதை – நீயாகவே கொடுத்தால்தான் வாங்கிக் கொள்ள முடியும்.

என் குறைகளுடன் என்னை நீ புரிந்துகொண்டபின்னரும் என்மேல் நீ உணரும் பிரியத்தின் மறுபெயர் மரியாதை. பிரியத்தின் உச்ச நிலையின் எடைதான் மரியாதை.

அன்பு, பாசம், பிரியம், மதிப்பு, மரியாதை – யாவும் பரஸ்பரம். கட்டாயப்படுத்த முடியாது. கட்டாயப்படுத்தினால் அவை அவை அல்ல.

மகனே, இன்று உனக்கு நான் வேர். நாளை, நீ என்னைத் தாங்கும் விழுது.

நானும் நீயுமாய், வேரும் விழுதுமாய் மாறி மாறிக் காத்த மரம்தான் இந்த மனிதப் பரம்பரை. ஆகவே நம்முள், தலைமுறை இடைவெளி என்று தனியாக ஏது?

“நீங்கள் பெரியவர்கள் என்று பூச்சில், புத்திமதியென்றும், எச்சரிகையென்றும், – ஆனால் உண்மையில் எங்கள்மேல் செலுத்தும் உங்கள் அதிகாரத்துக்கு இனிப் பணியமாட்டோம். எங்களை நாங்கள் இனம் கண்டுகொண்டுவிட்டோம். எங்கள் விதி, எங்கள் வாழ்க்கை எங்களுடையது” என்று, தறித்தெறித்த தன்னிச்சைக்கு அறைகூவல்தானே நீங்கள் கொண்டாடும் தலைமுறை இடைவெளி!

தலைமுறை இடைவெளி என்று இன்று பெயர் வைத்ததனால்தான் தலைமுறை இடைவெளி (?) என்று அது இல்லை? இதிகாச காலதிலிருந்தே – "நாளைத் தெரியு மடா மாலியவான் பேச்ச" என அன்றே அடையாளம் கண்டு கொண்டாயிற்றே? பீஷ்மன் பேச்சை யார் கேட்டார்கள்?

கடிவாளம் மறுக்காத குதிரை உண்டோ? வளர்ச்சியின் அடையாளமே எதிர்ப்புத்தானே! எதிர்ப்பெனும் துடிப்பு.

ஆனால் கடிவாளத்துக்குப் படியாமலை முடியாது. கடிவாளம்தான் உன் திசைமானி என்பதை உணர்ந்து அதை ஏற்பதுதான் உன் வளர்ச்சியின் உன் வளர்ச்சியின் பக்குவத்தின் அடையாளம்.

மகனே, நான் உன் வேலி அல்ல. நீயேதான் உனக்கு வேலி.

நான் உன்னுடைய வேர்.
நீ என்னைத் தாங்கும் விழுது.
நான் இன்னும் அசக்தனாக வில்லை.
ஆனால் உன்மேல் சாய விரும்புகிறேன்.
அது எனக்குப் பெருமை.
ஆகையால் கிட்டே வா.

அப்பா

ஃப்ளாட் 242, ஞானமூர்த்தி நகர்,
அம்பத்தூர்,
சென்னை – 600 053.
30.12.1988

### சமர்ப்பணம்

மாஷா
கண்ணா
சேகர்
காயத்ரி
ஸ்ரீகாந்த்

# 1

## கேரளத்தில் எங்கோ...

**வி**டிவேளையின் சில் காற்று அந்தப் பள்ளத்தாக்கில் அலைகையில், திரைச் சீலையில் தீட்டிய ஓவியம் பெருமூச் செறிவது போன்றிருந்தது. கமுகும், தென்னையும், பலாவும் அடர்ந்த அணைப்புள் என்குடிசை, செல்லத் தங்கைபோல் ஒடுங்கியிருக்கிறது. நாற்புறமும் குன்றுகள் கோட்டைபோல் சட்டென்று கண்ணுக்குப் படாமல் அதைக் காக்கின்றன. தங்க முகில் ஒன்று, கம்பீரமாய், பெரிய பட்சிபோல் மேலே தவழ்கிறது. இது சொர்க்கம். ‘உயிரே போ’ என்று சொல்லி, சொன்ன சொல் கேட்டு உயிர் போவதாக இருந்தால், குளுகுளுவென்று ஏதேனும் ஒரு மரத்தடியில் படுத்து உயிரை விடுவதற்கு இந்தச் சீமையைவிட உகந்த இடம் இருக்காது. அமைதியின் உச்சக் கட்டமே என் உயிர் என் கட்டில் இருத்தல்தானே!

யதார்த்தத்தை நேருக்கு நேர் சந்திக்க அஞ்சித் தேடும் பொய்மை நிலை எஸ்கேபிஸம் என்கிறார்கள். எஸ்கேபிஸத்தில்தான் இங்கு வந்தேன். வந்த இடத்தில் அதையே யதார்த்த சித்திகண்டபின், வேண்டுவதற்கே வேறு இல்லை.

முழுமறதி எனக்குச் சாத்தியமில்லை. எனக்கே நெஞ்சிலே வைத்துப் புழுங்கும் சுபாவம். அம்மா என்னை ஒரு முறை ‘கார்க்கோடகன்’ என்றிருக்கிறாள்.

இங்கு என்றுமே தாங்க முடியாத வெய்யிலோ, புழுக்கமோ இருந்ததில்லை. இருக்கபோவதுமில்லை. அனால் மழை பெய்தால் வானம் விண்டு கொள்ளும், வேனிலில் வெள்ளக்காடுதான். நனைந்த குருவிபோல், இந்தக் குடிசை மட்டும் ஜலத்தில் தனித்து நிற்கையில், பரிதாபமாகக்கூட இருக்கும்.

ஆனால், வெய்யில் தலைகாட்டியதும் என்குடிசை ராஜாத்திதான். பூமியின் ஓதமும், சூரிய ஒளியும் புதிதாய்க் கலக்கையில், குபீரென்று கிளம்பும் மண்ணின் ஆவியால் மணங்கமழ்கிறது, 'என்னை ஆண்டு கொள்' என்று பூமி சூரியனுக்குக் காட்டும் ஆராதனை, அர்ச்சனையில் வில்வ இலைகள்போல் புள்ளினங்கள் ஆகாயத்தில் பறந்து செல்வதே ஒரு கண்கொள்ளாக் காட்சி.

மண்டியிட்டு பூமியில் காதை வைத்துக் கேட்டால், அருவி கேட்கும். எங்கேயென நான் தேடிப் போனதில்லை. இங்குதான், இங்கோ, எங்கோ, எங்காயினும் தாவரங்களின் அடவியில் உள் பாவாடைக்குக் கட்டிய ஜரிகைபோல் மடிமடியாய்ப் பாய்ந்து கொண்டிருக்கும். எந்த நதியிலிருந்து வழி தப்பிய ஸன்னப் பிரிவோ? உர்ஸுக்குத்தான் தெரியும். தினம் காலையில் பானையில் அவள் எடுத்து வரும் கற்கண்டு தீர்த்தம் அதிலிருந்துதான்.

எனக்கும் சாயா நேரம் வந்தாச்சு. சேறுபோல் காப்பிக் குடியனாக இருந்தவன் நானா இப்போ சாயா, கஞ்சி வெள்ளம்? நினைக்கத்தான் ஆச்சரியமாயிருக்கிறதே ஒழிய, நினைத்துப் பார்க்கின்–என்ன குறைஞ்சு போச்சு? இதுவும் ஒரு ருசிதான், ஆரோக்கியம் கூடித்தான் இருக்கிறது.

ஒன்று கண்டேன்; கண்டு கொண்டேயிருக்கிறேன். ஒரு பழக்க சூழ்நிலையிலிருந்து புதுசுக்கு மாறுவது–ஏற்றமோ தாழ்வோ–பரமபத சோபான படம் மாதிரி. மாறுவதற்கு மனதைதத் திடம் பண்ணிக் கொள்ளும்வரை–அந்தத் தடம்கூட பூரா தன் முயற்சி என்று சொல்வதற்கில்லை. கட்டாயம் தன் வழிக்கு வந்தால் மனதை முறித்தாக வேண்டும் அல்லது மனத்தின் வழிக்கு இடத்தை முறித்தாக வேண்டும். மாறுதலை மனம் ஏற்றுக்கொண்டதுமே, புதுக்கோலத்தில் மனம்படிவதைத் தவிர வேறு வழி? எல்லாமே அவ்வளவுதானே! தன்னிரக்கத்தினின்று விடுவித்துக்கொள்ள வேண்டும், அதுவே ஒரு நித்ய சாதகம். பிறகு அவ்வளவு கஷ்டமில்லை.

மற்றும், இருப்பதுதானே மாறி மாறிப் பங்கு சுற்றி வருகிறது! ஒன்று வேணுமானால், வேறு ஒன்றை இழக்கத்தான் வேணும். கிடைப்புக்கும் இழப்புக்கும் வித்யாச எடைதான் தீர்ப்பு, தண்டனை, வெகுமதி எல்லாமே...

உர்ஸ் வருகிறாள்...

நான் ஓவியன் அல்ல. என் கவிதைகளும் சொற்களற்று, நானே மகிழ்ந்து கொள்ளும்,. உள்ள எழுச்சியின் புனைதல்கள், அவைகளில் அவள் இடம் என்னவென்று எனக்கு இன்னும் நிச்சயமாகவில்லை,

அதுவும் பரமபதப்படம்தான். ஒரு சமயம் பெரிய ஏணி, மறு சமயம் பாம்பு. நாம் எல்லாருமே ரசாயன முடிச்சுகள். அவ்வப்போது மாறுதல்களுக்கு உட்பட்டவர்கள்.

அரையில் முண்டு, மேலே ரவிக்கை; இடுப்பில் மண் குடம், தோளில் தாழங்குடையுமாய்–கொங்கு நாட்டின் தந்தி விலாசம் திடீர் மழை. 'அழுத குழந்தை சிரிச்சுதாம்; திடீர் மழை பெஞ்சுதாம்; உடனே வெய்யில் காஞ்சுதாம், கன்னத்துக் கண்ணீர் கக்கடகட சிரிப்பில் பப்பளப்பள' என்கிற மாதிரி–அவள் வருகையில், பி.யு.சி.வரை எட்டிப் பார்த்திருக்கிறாள் என்று யார் நம்புவார்? முதல் பரீட்சையிலேயே 'கோட்டு' என்று நினைக்கிறேன். அதற்குமேல் படிக்க வைக்க வசதியில்லையோ. படிப்பில் முனைய அவளுக்கு மனம் தளர்ந்து போச்சோ எதுவென்று அறியேன். ஆனால், உர்ஸ் பற்றி ஒன்று தெரிந்து கொண்டேன்.

உர்ஸ் புத்திசாலி. ஆனால், அவளுக்கு உடம்பு வணங்கவில்லை. அவளுடைய கவர்ச்சியே அதுதானோ என்னவோ? படித்துவிட்டுச் சும்மாயிருக்கும் மலையாளி உண்டோ? மலையாளிகளில் சோம்பேறி உண்டோ? ஆனால் உர்ஸ் சோம்பேறி. எதிலும் அவளுக்கு ஊக்கம் கிடையாது. வேலைக்குப் போய், பத்திலிருந்து ஐந்துவரை மேசையில் அமர்ந்து பேனா உழைப்புக்கு உடலும் மனமும் இடம் கொடுக்கவில்லை. உடம்புக்கென்ன கேடு, சரியான, கடைந்தெடுத்த உருட்டுக்கட்டை! எல்லாம் மனசுதான்.

வீட்டுக்கு ஒரே பெண், ஒரே குழந்தை. பெற்றோர்களுக்கும் அவளை உழைப்புக்குப் பழக்க வேண்டும் என்கிற எண்ணம் இருப்பதாகத் தெரியவில்லை. தேவை நிறைய இருக்கிறது. கிடைத்தால் ஆடு அன்றைக்கு மாடு மத்தியானம். கிடைக்காவிட்டால் கிடைக்கும்வரை எங்காணும் உருண்டு உறங்கிக்கிட. அதுவே தத்துவம் என்றால் பிறகு அவர்களை என்ன செய்ய முடியும்?

மிஸ்டர் ஜியார்ஜ் தண்ணி போடுகிறார்.

மிஸஸ் ஜியார்ஜ் தண்ணி போடறாங்கோ.

மிஸ் உர்ஸுலா ஜியார்ஜ் என்னிக்குப் போடப் போகிறாளோ. அல்ல, ஏற்கெனவே தொடங்கி ஆச்சோ தெரியாது. தெரிந்து எனக்கு என்ன ஆகணும்?

குடிசை உள் போகிறாள்.

குடிசை என்றால் இதுதான் அசல் குடிசை. நான்கு மண் சுவர்களின் தடுப்புள் ஒரு கணிசமான கூடம்; அவ்வளவுதான்.

போன வருடத்துக்கே தடதடவென்று சரியான ஊற்றல். ஓலைகளை அடியோடு மாற்றவதென்று கை வைத்தால் இப்போதைய விலைவாசிக்கு நான் எங்கே போவேன்? மிஸ்டர் ஜியார்ஜ் மனசு வைக்கணும். மேலே ஏறி இருப்பதையே அங்கே இங்கே நகர்த்திக் கொஞ்சத்துக்குக் கொஞ்சம் சரி பண்ணினால் உண்டு. அப்படித்தான் செய்யணும். இரண்டு மொந்தைகள் சூத்திரக் கயிரை இழுத்து விடும். ஐயா காயற சமயமாப் பார்த்துத் தூத்திக்கணும். நரகத்துக்கு அவரை நான் இழுத்துச் செல்கிறேனா? ஆமாம்... ஆமாம் அவர் ஏற்கனவே பார்க்காத இடமோன்னோ? இனி அங்கு இல்லாத இடம்தான் அவருக்கு நரகம். அவர் அந்தக் கட்டத்துக்கு வந்தாச்சு. ஒரு தடவை ஆஸ்பத்திரியில் சேர்த்து, பத்து நாள் அங்கு தண்ணிக்குப் போட்ட பட்டினியில், நடத்திய சிகிச்சையில், உடல் எல்லாம் ஜன்னி உதறல் கண்டு இந்தத் தடவை தேறினால், இனி தண்ணி பக்கம் தலை வைத்துப் படுப்பதில்லை என்று பைபிள்மேல் பாதிரியிடம் சத்தியம் பண்ணி விட்டு, குடல் வெந்து போச்செனும் எச்சரிக்கையுடன் மீண்டாச்சு. அப்புறம்? எஸ், அப்புறம் என்ன? சத்தியங்கள் என்ன சங்கிலியா?

குடிசையைச் சேதம் பாக்கச் சொல்ல எனக்கு உரிமை உண்டு. ஆனால் பார்ப்பாரோ, மாட்டாரோ, இனிமேல்தான் பார்க்க வேணும். குடிசைக்கு சொந்தக்காரர் அவர்தான். எனக்கு வாடகைக்கு விட்ட மறுநாளே, பள்ளத்தாக்குக்கு வெளியே இன்னொரு குடிசை எழும்பத் தொடங்கியாச்சு. ஓலைகளை வெட்டி, வீழ்த்தி–உலகம் படைத்தது எனக்காக– முடைந்து வேய்ந்து–சேறைக் குழைத்து எழுப்பி–அப்படியே கூரைமேலேயே கதகதவென்று, அல்லது சுள்சுள்ளென–போதையில் வித்யாசம் என்ன தெரிகிறது?–புரண்டு–சரிந்து தொப்பென்று கரடிபோல் கீழே வீழ்ந்து அப்பவும் தூக்கம் தெளியாமல் நெற்றியில் ஒரு முண்டு முண்டிக்கொண்டது–அவருக்கென்ன கவலை?

குடிசையின் சனி மூலையில் ஒருபெரிய மண் அடுப்பு, அத்துடன் இழைத்த மேடையுடன். உர்ஸ் எனக்குச் சமையல் செய்து போடணும் என்று பேச்சு. அவளாக ஏற்றுக் கொண்டதுதான். அதற்கு வேண்டிய பாத்திரம், பண்டங்கள் மேடை மீதே இருக்கின்றன. ஆனால், பாதி நாளைக்கு–ஒரு தட்டின்மேல் துணியைப் போட்டு மூடி உர்ஸ் கொணர்ந்து விடுவாள்.

–“அம்மை செய்தது”.

–“என்ன உர்ஸ், இங்கே கத்தரிக்காய்க் குழம்பு செய்ய நான் சொல்லிக் கொடுக்கிறேன் என்றேனே!”

–“கத்தரிக்காய்க் கூட்டான் அம்மையே ஆக்கிட்டிது.”

என்னவோ காமா சோமா, கோணாமணா கொக்கரமணா, பூண்டு, சோம்பு, வெங்காயம் எது எதில் என்பது கிடையாது. காய்கறித் துண்டங்கள் குழம்புடன் ஒன்று சேராமல், குழம்புத் தண்ணியாய் தான்கள் விரக்தியாய் ஒட்டாமல் தனித்து... நீ பொருமேன், சீறேன், சத்தம் போடேன் ஊஹூம்–அந்த முகத்தின் நிர்ச்சலனம் சற்றேனும் கலங்கினால்தானே! கனத்த ஜலம்... கண்ணில் ஒரு தனிக் கபடு வந்து விடும். அழுத்தம், ஆயிரம் குதிரை கட்டி இழுத்தாலும் அசைக்க முடியாது.

நத்தை நத்தையாக அரை வேக்காட்டில் புழுங்கலரிசிச் சோறு. ஆனால், அதற்கு அவர்களைச் சொல்லிக் குற்றமில்லை. அவர்களுக்கு அதுதானே பழக்கம். அதுதானே பிடிக்கும். அதுதானே செய்யத் தெரியும்!

நான் எதிர்பார்த்துக் கொண்டிருந்தது எனக்குக் கிடைக்காமல், எனக்கு வயிறு நிறையாது. மேலும், மோதல் தவிர்க்க என் புத்தக அரணுள் பின் வாங்கி விடுவேன்.

அடுப்பு அடைத்த இடம் போக கூடத்தில், போர் கட்டி, கூறுகட்டி, தனித்தும் பரவலுமாய், புத்தகங்கள், புத்தகங்கள், புத்தகங்கள்,–புத்தகங்கள் பலசாரி. கட்டிலுக்கடியில் இருக்கும். ஒற்றை ஜன்னலில் இருக்கும். ஒரே பெட்டிமேல் அங்கங்கே, எங்கெங்கும்... இடத்தைப் பெருக்கி எத்தனை காலமாச்சோ? (உர்ஸுக்குச் சௌகரியம்தான்) அத்தனையுமா படிக்கப் போகிறேன்? ஆனால், புத்தகங்களை இப்படி என்னைச் சுற்றி வழியவிட்டுக் கொண்டு நடுவில் உட்கார்ந்து கொண்டோ, படுத்துக் கொண்டோ–தலைக்குயரத்துக்கு இரண்டு கட்டைப் புத்தகங்கள்–படிப்பதில் எனக்கு ஒரு தனி ஆனந்தம். நான் ‘ஓடிப்போகுமுன்’ ‘அவாகள்’ என்மேல் கண்ட குற்றங்களில் இதுவும் ஒன்று.

அவர்கள் பாஷையில் நான் இருக்குமிடமெல்லாம் குப்பை கூளம். அவர்கள் படிக்கும், சேர்க்கும் சினிமாப் பத்திரிகை, ஸ்போர்ட் பத்திரிகைகளுக்கு என் புத்தகங்கள் ஈடாகுமா?

மூணுமாதங்கள், ஆறு மாதங்களுக்கொருமுறை கருணாகரனைப் பார்க்க திருவனந்தபுரம் போகும்போதெல்லாம் புத்தகக் கடைகளையும், ப்ளாட் பாரங்களையும் சூறையாடுவேன். தவிர கருணாகரனும் அவரிடம் அதற்குள் சேர்ந்து விட்ட புத்தகங்கள், பத்திரிகைகளை வழங்குவார். அவருக்குப் பத்திரிகை ஆபிசுகள் பழக்கம். பிஸினெஸ்மேன் மட்டுமல்ல; அவர் எழுத்தாளரும்கூட.

நிறைய வாங்கியும் படிப்பார். உர்ஸ் ஒத்தாசைக்கு வந்து கோணி மூட்டையை இறக்குகையில் அவள் கழுத்து வளைவிலிருந்து இளமை நெடி அடிக்கையில்...

"புஸ்தகம் ஒரு நாள், வீட்டைப் பிடிச்சுண்டு சாமியை வெளியே தள்ளிடப் போறது. வாசலில் கயிற்றுக் கட்டிலடியில் சட்டிபானை; அப்படித்தான் வெட்ட வெளியில் சாமசம்; ஞான் பறைஞ்சாச்சு."

அவளுடைய பறைகொட்டலில் பாதி நிஜம், என்று முழுசாகப் போகிறதோ?

புத்தகங்கள் இழுத்து விடுவதால், வயிற்றுச் செலவு இழுப்பாகி விடும். ஒரொரு சமயம் கலத்தில் சோற்றுக்குப் பதில் மரவள்ளிக்கிழங்கோ, சோளமாவோ, சொல்லிக் கொள்ளாமல் முனகினாள். ஷோக்காகச் சொல்லிடிப்பாள்.

–"காரணம் உங்கள் புது ஜே. கிருஷ்ணமூர்த்தி, பழம் ஜீன் கிறிஸ்டோபீயை, சாமியே விளிச்சுக் கேட்கட்டும்!"

"இரண்டுமே நான் வாங்கலியே! கருணாகரன் கொடுத்ததல்லோ?"

"அப்போ சாமி சாலையில் மிலிட்டெரி ஓட்டலில் வறுத்த மீன்–கோவளம் காச்–மொச்சைப் பருப்பு சுண்டலும் ஒரு கை பார்த்ததோ?"

கண்ணை இறுகமூடி, காதைப் பொத்திக் கொள்ளும் என் அருவருப்பு கண்டு, அவள் சிரிப்பு உருட்டோடும். என் செவிமண்டலத்தில், ஏதேதோ இனித்த கோலங்கள் போட்டுக் கொள்ளும்.

ஒன்று போனால் ஒன்று உண்டு. ஒன்று வேணுமானால் ஒன்று இழக்கணும்.

ஒரே சமயத்தில் எல்லாமே நீ இருத்திக் கொள்ள முடியாது...

# 2

உர்ஸ் வெளியே வருகிறாள்.

குனிவதும், நிமிர்வதும், வளைவதும், நெளிவதும்–நாட்டிய மற்று இயல்பான நடமாட்ட அங்க அசைவுகளில் உர்ஸ் பெரிய டெக்னிஷியன். அதில் ஸ்வயம்பு.

“ஸாமி நித்திரையில் தாமஸிச்சதோ?” Garbo வின் கட்டைக்குரல்.

“ஸாமி நேரத்துக்கு எழுந்தாச்சு, மை மான் ஃப்ரைடேதான் தாமஸம்.”

“தேஷியம் வேண்டா, சாயாவுக்கு வெள்ளம் சுடுகைக்கு வெச்சாச்சு.”

அவளிடம் நான்தான் மலையாளம் பயில்கிறேனோ? அல்ல... அவளுக்குத் தமிழ் சொல்லிக் கொடுக்கிறேனோ? இந்த பாஷைக் கொலையில் எங்களிடையில் ஒரு வௌவால் (பறவையுமில்லை–மிருகமுமில்லை) பாஷை உருவாகிக் கொண்டிருக்கிறது. ஆயிரம் பேரைக் கொன்றவன் அரை வைத்தியன் ரீதியில்.

“ஸாமி ஜாக்கிரதை செய்யட்டும், பாதையில் ஞான் இப்போ ஒரு ஸர்ப்பம் கண்டது.”

என்னை அறியாது கைகள் கூப்பிக் கொள்கின்றன. நேற்றே அம்மா கனவில் வந்தாள். மனம் வேகமாய் ஏதேதோ கணக்குப் போட்டது.

நாள், கிழமை பக்ஷம், திதி சரிதான் ஆச்சரியமில்லே. “இன்று என் தாயாரின் சிரார்த்த திதி,”

அம்மா பேர் நாகலக்ஷ்மி. இதற்கு முன் இங்கு பாம்பு நடமாட்டம் பார்த்ததில்லையா? இனிமேலும் இல்லாமல்

இருக்கப் போகிறதா? ஆனால் உர்ஸ் தெரிவித்ததும் மனம் இப்படித்தான் ஓடிற்று.

"ஓ!" தன்மேல் சிலுவைக் குறியைச் செய்து கொண்டாள். "அப்போ ஸாமி திதி கொடுக்க வேண்டா? ஞான் நம்பூரி ஸாமியெ அழைச்சு வரட்டோ?"

'சரி'யில் தலையை ஆட்டவே பயம். மறுப்பில் அசைக்கவும் பயம்.

ஊமையானேன்.

பிதுர்த் தேவதைகள் பிண்டத்துக்கு என்னை போன்ற வம்சப்ரதிநிதியிடம் எதிர்பாத்துக் கொண்டிருக்கிறார்கள் என்று நினைக்கையில் நெஞ்சு திக்கென்றது. பிதுர்ப் பசி, பிதுர்ப் பட்டினி, பிதுர் சாபம்...

'பகுத்தறிவு' சாக்கில் எல்லாம் பெரியவர்கள் காட்டும் 'ஜதல்' என்று சவால் அடிக்கலாம். இரண்டு சாஸ்திரிகளுக்குத் தக்ஷணை கொடுத்து சாதம் போடுவதற்குப் பதிலாக இருபது ஏழைகளுக்கு பந்தி போஜனம் செய்வது என்று கொடி நாட்டலாம். இரண்டுபேர் வேண்டாம் என்று உதறித்தள்ளிவிடலாம். ஆனால், பரம்பரையாக ரத்தத்தில் ஊறிப்போன பழக்கத்தின் மூட்டத்தினின்று விடுபட, தப்பியோட (யாரிடமிருந்து ஓடுகிறாய்?)–தப்பியோடப் பெரியவர்களே குறுக்கு வழி வைத்திருந்தால்கூட – பெரிய சொர்க்கவாசற் கதவில் வெட்டிய சின்னக்கதவு மாதிரி அவ்வளவு எளிதில் ஏற்க மனம் மறுக்கிறது. நான் ஒழுங்காக எல்லாம் செய்துகொண்டிருந்தவன்தானே! மதுரம் அன்று மட்டும் பாங்காகக் கொசுவம் கட்டி, என் தோள் குறுகுறுக்கப் புல் பிடிக்கவில்லையா? ஓமப் புகையின் கரிப்பு இன்னும் அடங்காக் கண்ணுடன் இலையில் குடும்பத்துடன் உட்கார மணி மூன்றாகி விடும். (ஸாஸ்திரிகள் "மாமி, மாமாவுக்கு இனிமேல் ஒரு தம்ளர் காப்பி கொடுக்கலாம். நீங்களும் சாப்பிடுங்கோ.") எடுத்தவுடனே அந்தக் கறிவேப்பிலைத் துவையலில் சாதத்தைப் பிரட்டுகையில்–அப்பப்பா! அந்த இதவான காட்டும் புளிப்பும் அவ்வளவு நன்றாயிருக்கும். அடுத்தாற்போல் கஷாயம்போல் ஆவிபறக்க அந்த மிளகு ரஸம்!–போச்சு, எல்லாமே போச்சு, ஒன்று வேணுமானால் ஒன்று இழந்தாக வேண்டும். எல்லாமே ஒரே சமயத்தில் நீ இருத்திக்கொள்ள முடியாது.

அம்மா! நிச்சயமாக எனக்கு நரகம்தான், எனக்கு நரகத்தில் நம்பிக்கை உண்டு. நான் என் இளைய தலைமுறையைப்போல் பகுத்தறிவாளன் அல்ல. ஆனால், அதனின்று மீட்சிகூட உன் அகண்ட பாசத்தால்தான் கிடைக்கணும். ஆனால், வாய்ப்பந்தல்

நிழல் தருமா? அம்மாவின் திதி இன்று மிஸ் உர்ஸ் ஜியார்ஜ் காய்ச்சின சாயாத்தண்ணியுடன் ஆரம்பமாகிறது. இது மாதிரி சமயங்களில்தான் ஏக்கம் கவ்விக் கொள்கிறது.

உர்ஸ் உள்ளே போகிறாள்.

திருவையாறில் இன்று ஆராதனை. 8.00, 8:30க்கு ரேடியோவைத் திறந்தால் நாதஸ்வரம், பஞ்சரத்னக் கீர்த்தனைகள், வேத கோஷம். அம்மாவே ஒரு மஹான்தான்.

நான் இன்னும் ஆராதனையை நேரில் பாத்ததில்லை.

ஒரு தடவை–இருந்திருந்து காத்திருந்து போனேன், அப்போ அம்மா இருந்தாள்–விடிகாலை, திருச்சியிலிருந்து ஸ்பெஷல் காரில், நானும் நண்பர்களும் ஊரில் நுழையும் போதே ஒரு விதமாயிருந்தது களையேயில்லை. கூடிக் கூடிக் குமைவோரும், சலித்த நடையோருமாய், பந்தல்களும் தோரணங்களும், வாழை மரங்களையும் பிய்த்துச் சாய்த்திருந்தன,

லால்பகதூர் சாஸ்திரி தாஷ்கண்டில் மாரடைப்பு.

"மணவறையே பிணவறையாம்"–பழியஞ்சின படலத்திலிருந்து நேர் படப்பிடிப்பு. மக்கள் எல்லாவற்றையும் சினிமா ஷாட்டாகத்தான் புரிந்து கொள்கிறார்கள்.

நான் பாபியென்பதற்கு வேறு ருசு வேண்டுமா?

நினைத்துப் பயனில்லை. எனக்கு எப்பவுமே கர்ணசாபம்தான்.

ஆச்சு, இன்னும் ஒரு மணி நேரத்தில் ஸ்னானத்தை முடிச்சுண்டு திருவனந்தபுரத்துக்குக் கிளம்பியாகணும். இந்த பஸ்ஸை விட்டால், மறு பஸ் மதியம்தான். அதற்குள் எனக்குச் சோம்பேறித்தனம் வந்துவிடும்.

நாளைக்குப் பார்த்துக்கலாம். ஆனால், பானையில் அரிசி காலி, டப்பாவில் டீ காலி, பேழையில் செல்லி காலி, 'நாளை நாளையென்று நமனுடை நாளும் வருவது அறியீர்'–சொற்கள் இப்படித்தான் போகின்றனவோ? ஆனால் பொருள் என்னவோ அதுதான். அது பிசக வழியில்லை.

எல்லாச் சாலைகளும் சாலைக்கு நடத்திச் சென்று சாலையில் முடிகின்றன.

சென்னையில் நேத்தாஜி சாலை.

டில்லி சாந்தினி சௌக்.

மதுரையின் வீதிகள்.

திருச்சியில் சின்னக்கடை வீதி, பெரியகடை வீதி.

ஒரு கோடியிலிருந்து மறுகோடிவரை ஒரே மூச்சில், இந்தத் திருவனந்தபுரம் சாலையைக் காட்டிலும் நீண்ட வீதிகள் இல்லையா?

ஆனால், அந்தந்த ஊர் மக்களுக்கு அவரவர் வீதிகள் ஒசத்தி.

ஆனால், சாலையும் நீளம்தான். நேரே பத்மனாப ஸ்வாமி கோவிலில் முடிகிறது.

சாமியும் பெரிசுதான். க்ளைமேட்டுக்கேற்ற சாமி. படுத்திருக்கிறார். மூணுவாயில் கொள்ளவில்லை.

சாலையின் அத்தனை கடைகளிலும் எனக்குக் கருணா கரன் கடைதான் பெரிசு. ஊருக்கெல்லாம் ஒரே காரணம். அவரவர்க்கு அவரவர் காரணம்.

கருணாகரன் கடையில் என் பணத்தைப் போட்டிருக்கிறேன்.

கருணாகரன் அலுமினியப் பாத்திர வியாபாரம் செய்கிறார். ஒட்டை உடைசல் வாங்கி ஃபாக்டரிக்கு சப்ளை செய்கிறார் (தராசு வேறு). கூடவே, மரச்சொப்புகள், ஓலை முடையல்கள் (கூடை, முறம், வெற்றிலைப் பெட்டி, தாளாக் கூடை இத்யாதி) அம்மி, ஆட்டுக்கல், பத்தமடைப் பாய்–இது என்ன காம்பினேஷன் எனக்குப் புரியவில்லை. ஆனால் வியாபாரம் நல்லா நடக்குது.

நான் கடையுள் நுழையும் போது கஸ்டமரைக் கவனித்துக் கொண்டிருந்தார்.

“வாங்கோ ஸார், வாங்கோ. பரவாயில்லே கல்லாவில் ஒக்காருங்கோ. நல்ல உத்யோகம் பார்த்திருக்கேள். நீங்கள் உட்கார்ந்தால் எனக்கு ராசிதான். சௌக்யமா? என்ன இளைச்சாப்போல் காட்டறது?”

கருணாகரன் கன்யாகுமரி ஜில்லா. அவர் எழுத்தைப் பாராட்டி ஒரு முறை அவருக்கு எழுதினதிலிருந்து எங்களிடையில் தொடர்பு கண்டது. நட்பு முற்றிற்று.

கருணாகரன் எழுத்தில் சித்து, வித்தை பொடி ஊதல், வேலைப்பாடு எல்லாம் உண்டு. அவர் கதைகள் சிதறின கண்ணாடித் துண்டுகள்போல, தெறித்த பிம்பங்களைக் காட்டிக் கொண்டு லேசான குரூரம் படைத்தவை. ஆயினும் படிக்கச் சுவை. பொடியோ சில்லோ கிழித்தால் ரத்தம்தான்.

வந்த கஸ்டமர் ஏதேதோ சாமான்களை வாங்கிக் கொண்டு, பணத்தை என்னிடம் கொடுக்கிறாள். மழித்த புருவங்களின்மேல்

சீரான பென்சில் கோடு வளைவு வரைந்திருக்கிறது. கடை முதலாளியிடம் ஏதோ மலையாளத்தில் பறைகிறாள். இது அசல். எனக்குப் புரியாது. கருணாகரன் பதில் சொல்கிறார். எனக்குக் கைகூப்பிவிட்டுக் கடையினின்று இறங்குகிறாள். "ஜாஜ்வல்யமான புன்னகை. இடுப்பில் விழுந்திருக்கும் ரொட்டி சதை இன்னும் ஊளையாகவில்லை. கவர்ச்சியாகவேயிருக்கிறது.

நண்பர் என் எதிரில் உட்காருகிறார். பெருமூச்செறிகிறார்.

"இந்த அம்மை யார் தெரியுமோ? எங்கள் தேச பிலிம் ஸ்டார்–"

"லக்கி கை! (LUCKY GUY)! அப்போ நீங்கள் சொன்னதுதான் விலை!"

என் முகத்தில் இடிப்பதுபோல் கையைக் காட்டிச் சிரித்தார். "நல்லாச் சொன்னீங்க போங்க! நீங்கதான் மெச்சிக்கணும். பேரம் பேச அவாளிடம் நாம் கத்துக்கணும். சென்னையில் பனகல் பார்க் மார்க்கெட்டில், காரில் உங்கள் ஸ்டார்கள் வந்து இறங்கி, கொடுத்ததை வாங்கிட்டு சொன்ன விலையைக் கொடுத்துட்டுப் போறாங்களே... அதுமாதிரி நினைச்சுட்டிங்களா? அந்தக் காலமெல்லாம் அங்கேகூடப் போச்சு, எல்லாரும் இப்போ நல்லா கத்துக்கிட்டாங்க. இந்த லேவாதேவியில் எனக்கு அஞ்சு சதம் நஷ்டம். ரொடேஷனுக்கு ரொக்கம் கிடைச்சால் சரின்னு விட்டுட்டேன்."

"அப்படியா? சினிமா ஸ்டார் அலுமினியம் தேவுசா வாங்கறாஹ; அதுக்கு நேரிடையா கடைக்கு வாராஹ."

"பிரியாணி செய்ய அலுமினியம்தான் சரி. பிரியாணிதான் சரியான பப்ளிசிடி சரக்கு அடேயப்பா, இவாளைப்போல கெட்டி காண முடியாது. நம் ஸ்திரீகள் அசடுகள்."

எனக்கு மதுரம் நினைப்பு வந்தது. மாதாந்தரத்துக்கு என்று எவ்வளவு சாமான் வாங்கிப் போட்டாலும், அவளுக்கு ஆளவருவது பதினைந்து நாளைக்குத்தான். எல்லாக் குடும்பங்களிலும் அப்படித்தான் என்று வாரிசு வருபவர்கள் எத்தனை பேர்? அவர்கள் சொல்வதும் மெய்தான். ஆனால், அதற்காக நாலுகிலோ எண்ணெய் வகைகள், ரெண்டு கிலோ வெண்ணெயும், பதினெட்டு நாட்களில் காலியா? "நான் ஒண்டியே தின்னுட்டேனா? சரி அப்படித்தான் போங்கோ! விலைவாசி சாமான் வாங்குகிற மாதிரியா இருக்கிறது? மாதாமாதம் கலியாணத்துக்குச் சீர்வெக்கற மாதிரின்னா இருக்கு!"

சம்பளம், வாங்க உருப்படியாக இருந்தாலும், காசு கிளிஞ்சல் மாதிரிதானே ஆகிவிட்டது. அதுவுமில்லாதவா குடித்தனம் பண்ணிக்

கொண்டுதானே இருக்கா? உங்கள் மாதிரி, அந்தஸ்துக்கேற்ற கௌரவத்தைக் கடைப் பிடிக்காமல், மூக்கால் அழுதுண்டாயிருக்கா?"

"அருமையான வாதம், ஆனால் அவரவர் வாசற்படி தாண்டினால். அவரவர் வீட்டில் என்ன நடக்கிறது என்று உனக்குத் தெரியுமா?"

"எனக்கு ஏன் தெரியணும்? யார் விட்டுக்குள் நான் நுழைஞ் சாகணும்?" அவளோடு பேசி ஜெயிக்க முடியாது. பேச்சை ட்ராக் மாற்றிக் கொண்டு போவதில் வரப்ரசாதி. நினைப்பு எங்கோ சகதிக்குள் புதைந்து கொண்டிருப்பதிலிருந்து என்னை விடுவித்துக் கொள்ள முயன்றேன்.

"என்ன கருணாகாரன் ஸார், நீங்கள் எழுதுவது எல்லாம் என்ன புது அலையா? பழைய அலையா? அவைகளில் புதுசு, பழசு உண்டா?"

"அலையாவது, கடலாவது, எல்லாம் சாக்கடையைத் திறந்து விட்டாச்சு, புண்ணிய தீர்த்தமாய், ஜனங்கள், மூக்கைப் பிடிச்சுண்டு முங்கி முங்கி எழறதுகள். பக்கத்திலேயே கடல் பாய்ந்தால் என்ன, நதி ஓடினால் என்ன? நம்ம புத்தகங்கள் எங்கே கடையில் நகர்ரது? அப்புறம் என்ன? எழுதி என்ன பயன்? ஒரு சாகித்ய அகாடமி, ஒரு அறவாழிக் கட்டளை? ஊஹூம்-ஒன்னு கிடைச்சால்கூட பிஸினெஸ்ஸில் போடலாம்-டே பையா!" பையன் அப்போதுதான் வந்தான். சினிமா ஸ்டாருடன் அவள் வாங்கின பாத்திரங்களைச் சுமந்துகொண்டு போனவன். "சாமிக்கும் எனக்கும் ரெண்டு கோப்பி வாங்கிவா. போற வழியில் வீட்டுக்குப் போய் அம்மைகிட்ட பறை. சாமி மதியம் ஊணுக்கு என்னோடு வரதுன்னு. வாழையிலை மறக்க வேண்டா."

இடையில் தூக்கிய தண்ணிக் குடத்தின் கிளுகிளுப்புப் போன்று கருணாகரன குரல். எக்காரணமாயும் அவர் குரல் தூக்கியோ முகம் சுணங்கியோ நான் கண்டதில்லை.

சரி... நிச்சயம் இன்று அவியலும், பப்படமும் எதிர் பார்க்கலாம், எனக்காகச் சக்கைப் பிரதமன் செய்தாலும் ஆச்சரியமில்லை. எனக்கு அனுபவம்தான். கருணாகரன் நீங்கள் நீடூழி வாழ்க! எனக்கு இப்பவே வயிற்றில் எலி பிராண்டுகிறது. எனக்கும் நினைப்பு இப்போத்தான் வருகிறது. உர்ஸ் கொடுத்த சாயாத் தண்ணியோடு நிற்கிறேன். கருணாகரன் நீ நீடூழி வாழி! உன் கைவாசம் எனக்குத் தெரியும், உனக்கு மனசும் மணம்தான்.

உர்ஸ், நீ நீடூழி வாழி! இன்று உன் சமையலிலிருந்து எனக்கு விடுதலை அல்லவா?

ஆகவே, எல்லாரும் இன்புற்றிக்கவன்றி வேறேதும் அறியேன் பராபரமே.

"கருணாகரன், ஆசைப்படுவதில்கூட பிசினாறித்தனமா? ஞான பீடம் மறந்து விட்டேளா?"

இப்படி இந்த நுனி நாக்குச் சிலம்பத்திலேயே கொஞ்சநேரம் ஓடும்.

"கருணாகரன் அப்போ எல்லாமே வியாபார நோக்குத்தானா?"

"ஸார் உங்களுக்குத் தெரியாது இல்லே. வியாபாரம்னு தனியா எதுவுமே கிடையாது. எல்லாம் பண்ட மாற்றல்தானே! கையால் தொடக்கூடிய பண்டங்கள்! கண்ணால் பார்க்கக் கூடிய பண்டங்கள். ஸ்தூலப் பண்டங்கள். ஸ்தூலமற்ற பண்டங்கள். எல்லா உறவுகளும் அரிசி கொடுத்து அக்கா உறவுதான். நீ அவல் கொண்டுவா நான் உமி கொண்டு வருவேன் கலந்து ஊதி ஊதித் தின்கலாம்.

பொருளாதாரத்தின் தத்துவம், தத்துவத்தின் பொருளாதாரம், எல்லாவற்றையும் ஒரே சமயத்தில் நீயே இருத்திக் கொள்ள முடியாது. ஒன்று வேணுமானால் ஒன்று இழந்தாக வேண்டும். இயற்கை அள்ளி அள்ளித்தான் கொடுக்கிறது. அதற்கு வேறு தெரியாது. ஆனால் ஆசை, இயற்கையின் உற்பத்தியையும் மீறியது. ஆகையால் இருப்பதுதான் பங்கு வளையம் வருகிறது. அப்படித்தான் வர முடியும். ஒருவன் சரிந்துதான் மற்றவனின் ஏற்றம். தேய்பிறை. வளர்பிறை, விதி, யோகம், ராசி, நம்பிக்கை, பேய், சாமி, பூதம், கடவுள். இந்தப் பங்கீடு நிலைமைக்கு என்ன பேர் வேணுமானாலும் வைத்துக் கொள். ஒரு பக்கம் செத்துக் கொண்டேயிருக்கிறோம். பக்கத்திலேயே பிறந்து கொண்டேயிருக்கிறோம். நிரவல், நிரவல்–காலம், பொழுது, ஏவல், இடம்–"

# 3

"அப்பா! நீங்கள் பெரிய ஆளாயிருக்கலாம். ஆனால், உங்களுக்கு அட்ஜஸ்ட்மெண்ட் பற்றாது!

இதுயார்? எங்கிருந்தோ சென்று போன வருடங்களின் இருளினின்று ஒரு குரல் பிரிந்து கேட்கிறது. கட்டைக் குரல்.

தெருவில், பையன்கள் இருவர் பச்சை வாழைமரப் பட்டையால் ஒருவரையொருவர் அடித்து விளையாடிக் கொண்டு செல்கின்றனர்.

ஒருவன் தலைகீழாக ஒரு வாத்துக் கொத்தைப் பிடித்த வண்ணம் விலை கூவிக் கொண்டு போகிறான்.

நிமிடத்துக்கு நிமிடம் கூட்டம் நெரித்தது. புதுச்சரக்குகள்-காய்கறிக் கூடைகள், வாழைப்பழத் தார்கள், இலைக் கட்டுகள், கோணிகளில் தேங்காய், அரிசி, மாட்டுத் தீவனம், ஏதேதோ கைவண்டிகளில், லாரிகளில் இறங்கியவண்ணம் இருக்கின்றன. தெருவையடைத்துக் கொண்டு, அவைகளிடையே, லாரிகள், பஸ்கள், போக்கு வரத்துக்கள். மனிதக் கால்நடை நெளிந்து நெளிந்து, வளைந்து வளைந்து, வைதுகொண்டு, திணறிக்கொண்டு, சிரித்துக்கொண்டு, தடுக்கி, இடறி, எப்படியோ தம் தம் வழியை வகுத்துக் கொண்டு...

இத்தனை சந்தடியில் ஒரு பிணக் கோலம், தாரை தப்பட்டையுடன்.

என்முறை எப்பவோ? சொல்லிவிட்டுப் போகணும்.

"மிஸ்டர் ஜியார்ஜ், எனக்குச் சவப்பெட்டி அல்ல; எரு மூட்டை" என்று.

இது என்ன பேத்தல்? நானே போன பின் என் சடலத்தின் பட்டுவாடா பற்றி ஏன் இந்தக் கவலை? அப்படி ஏன் தோன்ற மாட்டேன் என்கிறது? சந்ததி சந்ததியாக ரத்தத்தில் ஊறிப்போன சடங்குகள், பழக்கங்களினின்று சட்டென மனது ஏன் விடுவித்துக் கொள்ள மறுக்கிறது? எதைப்பற்றியும் என்னால் இப்போ செய்யக் கூடியதும் ஒன்றுமில்லை. மிஸ்டர் ஜியார்ஜ், செலவுக்கு அவரிடம் ஒப்படைத்த பணத்தை இடுப்பில் இடுக்கிக் கொண்டு அங்கேயே ஒரு பலா அடியில் மண்வெட்டியால் குழி தோண்டி அப்படியே சவத்தை உருட்டிவிடுகிறாரோ என்னவோ? அவரைப்பற்றி எதற்கும் நான் ஆச்சரியப்பட மாட்டேன்.

அம்மா சிரார்த்தத்தை உதறி விட்டதால் நான் மஹான் ஆகிவிடுவேனோ? கருணாகரன் என்னவோ சொல்லிக் கொண்டிருக்கிறாரே!

"என் வயிற்றுப் பிழைப்பைக் கேரளத்தில் போட்டிருக்கிறது. நான் பிரசுரமாக, தமிழ் நாட்டுக்கு என் எழுத்தை அனுப்ப வேண்டியிருக்கிறது. பத்திரிகைக்காரன் புத்தக வெளியிட்டுக்காரன் மோவாய்க்கட்டைத் தடவ அப்பப்போ இங்கைக்கும், சென்னைக்கும் ஷட்டில் ஆவற துங்கறது சாத்யமான காரியமா? வியாபாரத்தில் வார ஒண்ணுரெண்டை ரயில்காரனும் மதறாஸ் ஓட்டல்களும் ரூம்களும் வலிச்சிட்டுப்போகிற அளவுக்கு நான் எழுத்துக்கு அர்ப்பணமாகவில்லை. அர்ப்பணித்துக் கொள்றதாவது, ஆட்டுக்குட்டியாவது. சப்பாத்திக் கள்ளியில் ஆட்டுக்குட்டி மாட்டிக் கிட்டால், அதை விடுவித்து அணைத்துக்கொள்ற மேய்ப்போன் பைபிளோடு சரி. இப்போ, அது மாதிரி நேர்ந்ததுன்னா, அங்கேயே குழி தோண்டி ஆட்டுக்குட்டியை அதனுள் போட்டு, மேலே வைக்கோலை மூட்டம் போட்டு, பச்சை வேர்க்கடலையை அவிச்சுத்தின்கற மாதிரி தின்றால் அது ஒரு தனிருசி,

கருணாகரன்! புத்தலை நடையை என்னிடம் பரிஷை பண்ணி பார்க்கிறாரா? சரியான cool man; cold blood.

"வழிதப்பி, அர்ப்பணம், லக்ஷியங்களில் மாட்டிக் கொண்டு விட்டால், அவிச்ச ஆட்டுக்குட்டிதான்."

"அட்ஜஸ்ட்மெண்ட்! அட்ஜஸ்மெண்ட்! இப்போ வாழ்க்கையின் தத்துவம் அதுதான். தன்னிச்சையாக நடந்து கொள்ள முடியாது. வயித்தில் ஒண்ணு, வாயில் ஒண்ணு. அதுதான் அட்ஜஸ்ட்மெண்ட். ஓங்கின கைதான் குடை நிழல், அதுதான் புத்தலை... வார்த்தைகளை அளவு பார்த்து, இடம் பார்த்து, ஓசை பார்த்து, தோடு கட்டற

நாளுக்கு சலாம் வெச்சாச்சு. எழுத்தும் ஒரு தொழிற்சாலைதான் ப்ரதர்! 'காற்றுள்ளபோதே தூற்றிக்கொள். பக்கத்தை நிரப்பு. நிரப்பிக் கொண்டேயிரு. பேர் வந்த பிறகு திரும்பிப் பார்க்க உனக்கு நேரம் கிடையாது; வேண்டாம் நீ கொடுத்ததெல்லாம் உனக்கே கசந்தாலும் பக்கங்களுக்குச் சர்க்கரை, மக்கள், என்றைக்கும் குழந்தைகள்தான். சர்க்கரை தின்னிகள், கொடு அவங்களுக்கு, கன்றுக்குட்டிகள் பாலை மட்டுமா குடிக்குது? புல்லை மட்டுமா கடிக்குது? பேப்பர், கந்தைத்துணி எல்லாம்தான் தின்னுது! எதையும் ஜீரணம் பண்ண மாட்டுக்குத்தான் நாலு இரைப்பை இருக்கே!

கருணாகரன் ஃபார்முக்கு வந்து விட்டார். இன்று அவரை இப்படி உந்த வைப்பது எதுவோ?

சூரியன் கிழக்கே உதிச்சால் என்ன? மேற்கே உதிச்சால் என்ன? நமக்கு ஆகவேண்டியதென்ன? அது கிழக்கே உதயம் ஆகவில்லை. அது உதிக்கும் திக்கு கிழக்கு. இல்லை கிழக்குக்கு அப்போ என்ன பேரோ அது. அது, அது ஒரு ஒரு பேர்தானே! "நம் எழுத்து உலகத்தின் நிலவரம் இப்போ அப்படியிருக்கு!"

சட்டென்று ஏதோ நினைத்துக் கொண்டு, மீண்டும்;

"புத்தலைப் பேச்சிலும் ஒரு கட்சி இருக்கு அப்படி என்ன ஒரு அமர இலக்கியத்தைப் படைச்சுட்டோம்? எதுதான் அமரம்? எல்லாமே ஒண்ணுக்கு ஒண்ணு ஒப்பிடுதல்தனே! பாருங்க இந்த தாஜ்மஹால் படறபாட்டை! ஷாஜஹான் அதை ஒரு அழியாக் காவியமாக எண்ணி ஆளையும் பணத்தையும் கொட்டிக் கட்டினான். கட்டடமே ஆட்டம் காணுதாம், என்ன சொல்றீங்க? நீங்கள் பேப்பர் படிக்கிறீங்களா?"

நான் உதட்டைப் பிதுக்கினேன்.

"எனக்கு இப்போதுதான் ஞாபகம் வரது. உங்களுக்கு ஒரு கடிதாசு வந்திருக்கு! அவருடைய கச்சாக் கணக்குப் புத்தகத்தைப் புரட்டி எவ்வளவு குங்குமம்! எவ்வளவு மஞ்சள்! இத்தனை குங்குமம், மஞ்சளில் நம்பிக்கை வைத்துக் கொண்டு இவர் எப்படி புது அலை ஆவார்?–ஏடுகளினிடையிலிருந்து ஒரு கவரை எடுத்துத் தந்தார்.

முன்னும் பின்னும் திருப்பிப்பார்த்தேன். அனாவசியம், பழக்கக் கோளாறு. தபால் முத்திரையை ஆராயும் திருட்டுப் புத்தி. அத்தக் கையெழுத்தை அடையாளம் கண்டதும் மார் படபடத்தது.

"எப்போ வந்தது?" எங்கெங்கோ முத்திரை உதை வாங்கிக் கொண்டு வந்திருக்கிறது.

"ஒரு வாரமாச்சு. நீங்களும் redirect விலாசம் தரல்லே. எங்கேயோ உள்ளே மூஞ்சூராட்டம் புதைஞ்சிருக்கீங்க. நீங்களே சொல்லாதபோது நான் எப்பிடிக் கேட்கறது."

கண்டனத்துக்கும்–கருணாகரனுக்கு அவர் சொல்லிவிட புன்னகைதான் ஆயுதம். சொல்லில் தைத்த முள்ளைப் புன்னகை எடுத்து விடும். என்றைக்கும் சிணுங்காத முகம்.

ஜேபியில் சொருகிக் கொண்டேன். அப்புறம், சாவகாசமாகத் தனி நேரத்தில் ருசி பார்க்கவேண்டிய விஷயம்.

"இந்தக் கடிதாசுக்கு... C/o கருணாகரன், கலியாணி பாத்திரக்கடை, சாலை, திருவனந்தபுரம் என்று தானாகவே வர எப்படித் தெரிந்தது?"

"உங்கள் மகனிடமிருந்து, உங்கள் இருப்பிடம் விசாரிச்சு இந்தக் கடிதத்துக்கு முன்னால் ஒரு எழுத்து எனக்கு வந்தது.

எனக்குத் தெரிஞ்ச நிலவரத்தை, இதுமாதிரி மூணு மாதம், அறு மாதத்துக்கு ஒரு முறை நீங்கள் கடைக்கு வந்து போவீர்கள் என்று எழுதினேன்."

எனக்குக் கன்னம் குறுகுறுத்தது. "உங்களிடம் நான் மெனெக்கெட்டு சொல்லியிருக்கும்போது என்னைக் காட்டிக் கொடுத்து விட்டேளே!"

"காட்டிக் கொடுத்து விட்டேனா? என்னத்தைக் காட்டிக் கொடுத்துட்டேன்?" கருணாகரனுக்குக் கோபம் அதிகரிக்க அதிகரிக்க அவர் குரலின் வெல்வெட்டும் கூடிற்று. ஆளுக்கு ஆள் பாணி வேறு. புது ஆத்திச்சூடியில் சேர்த்துக் கொள்ளணும்.

"நான் இருக்கும் இடம் சோடைகூடத் தெரியக்கூடாதுன்னு உங்களைக் கேட்டுக் கொண்டேனே!"

"இப்போ மாத்திரம் எனக்கென்ன தெரியும்? திடீர்னு வரீங்க, திடீர்னு மறைஞ்சு போறீங்க மலையாள சீமையில் வாசம் மாந்த்ரீகத்தில், கண் கட்டு வித்தை அரிச்சுவடி முதலில் படிஞ்சுவிடும்போல இருக்குது."

இந்த மனுஷன் உண்மையிலேயே ரூடா இருக்கான்.

"கருணாகரன், நான் ஏதும் போலீஸ் குற்றம் செய்துவிடல்லே. கடன் வாங்கி ஏமாத்திட்டு ஓடி ஒளியல்லே. இந்த சுதந்திர நாட்டில் என் அந்தரங்கம் என் உரிமை."

கருணாகரன் தோளைக் குலுக்கி உதட்டைப் பிதுக்கிக் கையை விரித்துப் புன்னகை புரிந்தார். அவர் சைகை எனக்கு

ஆத்திரத்தைத்தான் விளைவித்தது. அதற்குப் பல அர்த்தங்கள் பண்ணலாம்.

உன்னுடைய இந்த சவாலுக்கும் என் அம்புறாக் கூட்டில் அஸ்திரம் இருக்கு. ஆனால், நான் தொடுக்க மாட்டேன்.

இன்று போய் நாளை வா.

உலகம் நீங்கள் நினைக்கிற மாதிரி இப்போ அவ்வளவு பரந்ததில்லை. ஓடி ஒளியறதுக்கு உகந்ததில்லை. அது ஒரு கூண்டுதான். நீங்கள் உங்களை romanticize பண்ணிக்கிறீங்க.

"ஓடி ஒளியல்லேன்னு நீங்கள் சொல்றீங்க. நான் என்னத்தைக் கண்டேன்?"

"சண்டை போடவே மெனக்கெட்டு வந்தீங்களா?"

ஓடி ஒளியணும்னு நினைக்கிறவனே, அந்தரங்கத்தைத் தேடுபவனே குற்றவாளிதான். அந்தக் குற்றத்தை முடக்க இன்னும் சட்டம் ஏற்படவில்லை, அவ்வளவுதான். இந்த ரீதியில் இன்னும் எவ்வளவோ முடைந்துகொண்டு போகலாம்.

"அப்பா! உங்களிடம் ஒரு சுபாவம் அதை நீங்கள் உணர்ந்தீர்களோ இல்லையோ, உங்கள் புத்திக் கூர்மை உங்களையே வெட்டுமளவுக்கு அதைத் தீட்டி விட்டீர்கள். எதிராளிக்குச் சந்தர்ப்பம் அளிக்காமல் எல்லாப் பதிலையும் நீங்களே சொல்லி விடுகிறீர்கள். கேள்வியும் உங்களுடையது. பதிலும் உங்களுடையதா? எதிராளிக்கு ஒண்ணுமே கிடையாதா? உங்களுடைய பதிலை அவன் வாயிலிருந்து எதிர்பாக்கிறீர்களே தவிர, அவன் பதில்—அவனாகவே நினைத்து அவனிடமிருந்து அவனிச்சையில் வெளிப்படும் அவனுடைய பதில், அது நீங்கள் ஏற்கனவே நினைத்து விட்ட பல பதில்களில் அடங்கி விட்டாலும்..."

கருணாகரன் கெட்டி. இரண்டு கைகளையும் தட்டினால்தானே ஓசையென்று சைகையில் இறங்கிவிட்டார். கெட்டிக்காரன்.

கடையேறி வந்து பையன் மௌனமாக நின்றான். அவனைக் கண்டதும் கருணாகரன் பரபரப்பாக எழுந்து இருளுள் மறைந்து சில நிமிடங்களுக்குப் பிறகு வெளிப்பட்டு வந்து பையன் கையில் கற்றையாய் நோட்டுக்களைத் திணித்தார். அவன் எண்ணக்கூட இல்லை. உடனே போய் விட்டான்.

பொம்மலாட்டம்.

"ஸார் என்னன்னு பார்க்கிறீங்களா?"

# 4

**எ**னக்கின்னும் ஊடல்தணியவில்லை. "நான் ஒண்ணும் பார்க்கல்லே. எனக்கென்ன வந்தது?" என்று எனக்கே முனகிக் கொண்டேன்.

"ஒரு ரொடேசன், எதிர்ச்சாரியில் ஒரு வெற்றிலை வியாபாரி; பாய். இப்படி மாதத்தில் ஒருமுறை, இருமுறை, அஞ்சு, பத்து, பெரிசு உதவுவார். இரண்டு மூணு நாளைக்கு; மிஞ்சிப் போனால் ஒருவாரம்.

"வெற்றிலையில் அவ்வளவு பிரளுமா என்ன?"

"வெட்கக்கேடு! இந்தச் சீமையில் சோறு, தண்ணி இல்லாமல் இருந்தாலும் இருப்பா. வெற்றிலையும், புகையிலையும் இல்லாமல் முடியாது. ஏற்றுமதி வேறு, எக்கச் சக்கம். இராக், குவ்யட், ஈரான், அங்கே போய்ச் சேருவதற்குள் எவ்வளவு அழுகலோ, வாடலோ அவங்களுக்கே வதங்கல் வெற்றிலைதான் பிடிக்கும் என்கிற அளவுக்கு வெளியூர் நாக்கையே இவர் கட்டில் அடக்கி வெச்சிருக்கார். இவருக்கே வெற்றிலைத் தோட்டம் ஏக்கர் கணக்கில் ஓடுது. அதுவும் பத்தல்லே. கூடைகூடையா சரக்கு வேறே தினம் இறங்கிட்டே இருப்பதைப் பார்த்தால் எனக்குத் திணறுது:–

என்னுடைய பிரமிப்புக்கு ஒரு கணம் தயங்கினார். ஒப்புக்குத் தலையை அசைத்தேன். பசி வயிற்றைக் குடைகிறது. மணியோ ஓடிக் கொண்டேயிருக்கிறது. இவர்களிடமெல்லாம் இது ஒரு பெரிய கோளாறு. 'அங்கே வாரும் பிள்ளாய்–' என்று சபை நடத்துகிறார்கள். உன் சிண்டு என் கையில் என்று அப்பட்டமாயில்லாமல் அத்தனை விதமாகச் சொல்லிக்கொண்டிருப்பார்கள். நாமும் தலையை இவர்களிடம் கொடுத்துவிட்டு இவர்கள்

வாயை எதிர் பார்த்துக் கொண்டுதானே நிற்கிறோம்! என்னதான் நம் ஒசத்தியை நம்மிடையே பீற்றிக் கொண்டாலும், நமக்கு குமாஸ்தா புத்திதானே!' இவர்களைப்போல் துணிந் தடித்து ஒரு வியாபாரத்தில் இறங்குகிறோமா? அதற்கேற்ற நரம்பும் நமக்கு உண்டா?

"வெற்றிலை, ஸ்பெகுலேஷன் பிஸினெஸ், வாய்ச்சான் போச்சான்"–என்று முனகினேன். கருணாகரனுக்குக் கேட்டுவிட்டது!

"நாம் அப்படி நினைக்கிறோம். ஆனால் பாயி, தன் பதினோராவது வயதிலிருந்து இதிலேயே முங்கி முளச்சு, தாடியை உருவிக்கிட்டே ஆயுசு முழுவதையும் தாண்டியாச்சு. மூணுதாரம், இருவத்தி ஆறு சிசுக்கள்"–

கருணாகரனுக்குக் கலியாணமாகி பதினைஞ்சு வருடங்களுக்குப் பிறகு சீமந்தத்துக்கு அவர் அச்சடித்திருந்த அழைப்பிதழ் ஒண்ணு மூணுபொறும். ஆனால் பாவம்! அந்த முயற்சி வீணாகிவிட்டது. இப்போ ஒரு பெண் ஏணையில் ஆடுகிறது–சோனி, என்னென்னவோ போஷாக்குப் பண்ணியாகிறது. இந்தக் கடவுள் இருக்கானே, அவன் விளையாட்டே வக்கிரம்.

"இன்னும் எல்லோரும் ஒரு குடும்பம்தான். பாயி வீடு அந்தக் காலத்துக்கோட்டை மாதிரி. அகழிதான் இல்லை. எல்லாரும் நைனாவுக்கு சேவுகம், நைனா இருக்கிறவரை அவங்களுக்கோ, அவங்க பீகம் ஸஹிபாக்களுக்கு எண்ணம் எப்படியிருந்தாலும் ஒண்ணும் நடக்காது. வெற்றிலைக்கு எடுக்கற மாதிரி, முதுகு நரம்பை உரிச்சிடுவாரு. ஏன், அத்தனையும் சுயார்ஜிதம். தினம் மட்டன் சூப்பில் அவனவன் பல்லால் கடிச்சுச் சுரண்டி சப்பற எலும்புத் துண்டுகூட ஐயாவுடையது. இந்த கூட்டுக்குடும்ப ஸிஸ்டம்–இதிலே என்ன குறைவாயிருக்கு? இந்தப் பொருளாதார நிபுணர்களெல்லாம் என்னென்ன தியரியெல்லாம் பேசறாங்களே, எனக்கும்தான் தெரியல்லே."

இதே கருணாகரன் என்னிடம் ஒருமுறை சொல்லியிருக்கிறார். அவருடைய தாயார் தனியாத்தானிருக்கிறாளாம். இரண்டு மாடுகளை வைத்துக் கொண்டு பிழைக்கிறாள். "அம்மாகிட்டேதான் இன்னமும் எனக்கு வேண்டிய பாலை வாங்கிக்கறேன்–துட்டு கொடுத்துத்தான். அவள் அதிலே கெட்டி. ஆனால், அவள் கழுத்தில்தான். தேர் வடமாட்டம் நாலுபட்டைச் செயின் தொப்புள்வரை தொங்குது. இவளுதையெல்லாம் வியாபாரம் வியாபாரம்னு கடையில் போட்டாச்சு. வரப்போ இவளும் கொஞ்சமாக கொண்டு வரல்லே. என்ன செய்யறது? அம்மா தனியாக் குடித்தனம் செய்யக் காரணம்?" அந்த மனோகரப் புன்னகை புரிந்த வண்ணம் கை விரிக்கிறார்.

“எல்லாம் வழக்கம்போல்தான். தொன்று தொட்ட காரணம்தான். ஒரே கூட்டில் ரெண்டு புலி.”

நான் குடும்பத்தை விட்டு ஓடி வந்தவன்.

எங்களிருவருக்கும் கூட்டுக் குடும்பத்தைப் பற்றிப் பேச என்ன வாய்ப்பு இருக்கிறது.

வீட்டுக்கு வீடு வாசற்படி.

“ஆனால் இப்போ வரவரக் கட்டி மேய்க்கறது கஷ்டமாயிருக்குதுன்னு கேள்வி, வேளைக்கு நூறு இலை விளற வீடு குடும்பமாஇ காலணியா? ஆனால் இதுகூடப் பராபரியா காதில் விழறதுதான். கிழவன் இருக்கிறவரை எவனும் ஒண்ணும் ஆட்டிக்க முடியாது. ஆனால் கிழவன் இப்போதைக்குத் தலையைப் போடறதா இல்லை. உடம்பை அவ்வளவு கண்டிஷன்லே வெச்சிருக்காரு. என்ன லேகியம் சாப்பிடறனோ தெரியல்லே. அதுக்கும் இந்த சீமையில் பஞ்சமில்லை.”

மறுபடியும் ஒரு தயக்கம். வெடி குண்டுக்குத் திரி வைப்பதற்கு முன்னால்.

“ஆனால் அவர் ஒண்ணும் கொடுங்கோலன் அல்ல. நியாயம் தெரிஞ்ச மனுசன். நியாயம் வளங்கற மனுசன். ஒரு விசயம் பாருங்களேன். ரொடேசனுக்கு ஒரு வாரம் பத்துநாளைக்கும் விரல் வாங்கறேனே, ஐயா அதுக்குவட்டி வாங்கறதில்லே. இஸ்லாமில் வட்டி வாங்க அனுமதியில்லை எல்லாரும் சோதரர்கள். ஒருவருக்கொருவர் கடமைப் பட்டவர்கள்.

எனக்கு எரிச்சல் தாங்க முடியவில்லை. “என்ன கருணாகரன், அவலை நினைத்துக் கொண்டு உரலை இடிக்கிறீர்கள்!”

“அதெல்லாம் ஒண்ணுமில்லே, வியாபாரம் மந்தம். நீங்கதான் பார்க்கரீங்களே, மணி டைட்”–

“கருணாகரன்,இதென்ன தூண்டில் விளையாட்டு? இதற்கெல்லாம் நான் லாயக்கில்லை.

“என்ன ஸார் உங்களுக்கு திடீர் மருட்சி? என்ன நடந்துட்டுது?”

“உங்களை நம்பி என் முதல் உங்களிடம் இருக்குறது. நிங்கள் கொடுக்கும் வட்டியில்தான் ஏறவோ தாழவோ, நான்வயிறலம்பியாறது. வெற்றிலை சுல்தான் உங்களிடம் வட்டி வாங்காவிட்டால் நான் அவர்போல் இருக்க முடியுமா? உங்களுக்குக் கஷ்டமானால் என் பணத்தைத் திருப்பிவிடுங்கள்.”

கருணாகரன் ஓரிருகணம் திறுதிறுவென விழித்தார். என் பேச்சு அவர் மண்டையில் ஊறியதும் அவர் முகத்தில் மூட்டம் பளிச்சென்று விலகி கையைக் கொட்டி விழுந்து விழுந்து சிரித்தார். புரைக்கேறி திணறி – (இது ஒரு நடிப்பா? ராமா ஒண்ணும் புரியல்லியே!) ஒருவாறு சமாளித்து:

"டே டே! ரூட்டு அப்படி மாறிப்போச்சா? நான் ஏதோ வியாபார நிலவரத்தைப் பத்திப் பேசிக் கொண்டிருந்தேன். அவ்வளவுதான். அதுக்குள் தாய், கன்னுக் குட்டியை உதைக்குதுன்னு அலண்டுட்டீங்களே! அட ராமா! இந்தப் பிராம்மணாள் இருக்காளே!..." மறுபடி சிரித்தார். அப்புறம் சொன்னார்.

"ஸார் ஒண்ணு சொல்றேன் என்னுடைய இந்தப் புலம்பல், இன்று நேற்றையது அல்ல. இந்த பிஸினெஸ் பதினாலு வருடம் நடக்குது. இந்த புலம்பலும் கூடவே நடந்துட்டிருக்குது. அதனாலேயே அது புரட்டுன்னு நீங்கள் கொள்ளக் கூடாது. அதுவும் உண்மைதான். அதுதான் பஸினெஸ். தவிர, உங்கள் பணத்தைத் திடீர்னு கேட்டால் என்னைப்போல் சின்ன வியாபாரி எங்கே போவது? உங்கள் பணம் எங்கேயும் ஓடிப் போயிடல்லே. இங்கேதான் எப்படி யெப்படியோ – (கடைச் சரக்கின்மேல் கைவீசிக் காட்டினார்) – எப்படியெப்படியோ முடங்கிக் கிடக்குது. நீங்கள் கேக்கறது எப்படியிருக்குன்னா உயிர்ப்பிண்டம் பூமியில் விழுந்தப்புறம் இந்த உலகத்தைப் பார்த்து பயந்து, நான் திரும்பவும் கர்ப்பத்துக்கே திரும்பிடறேன்னா, அது நடக்கிற காரியமா? நியாயமா?"

"கருணாகரன், உங்கள் பேச்சு தைரியம் தருவதாயில்லே. குரங்கு நியாயம் பேசறீங்க. பணியாரம் என் கையில் வந்தாச்சு. நான் பிடிக்கிற தராசுதான் உனக்கு உண்டு. இனி பணியாரத்தைப் பணியாரமா நீ பார்க்க முடியாது என்கறீங்க, அதானே?"

"செச்சே! கனாவில்கூட அப்பிடி நான் நினைக்கல்லே. ஸத்யமா, யாரை ஏமாத்தினாலும் உங்களை ஏமாத்தமாட்டேன். பிராம்மண சாபம் பொல்லாது ஸார் – பூண்டோடு அறுத்துடும். அவள் நாலுமாதமா குளிக்கல்லே. உங்கள் ஆசியில், பிள்ளையாப் பிறக்கணும்.

அப்படியே நெடுஞ்சாங்கடையா காலில் விழுந்து விட்டான் நான் எதிர் பாக்கவில்லை. அதனால் தடுக்க முடியவில்லை.

"கருணாகரன், எழுந்திரும்! எழுந்திரும்! இப்போ என்ன நடந்து விட்டது.?" எனக்கு என்னவோ போலாகி விட்டது. இப்போ நான் அவரை மன்னிப்புக் கேட்கிறேன்.'

அவர் எழுந்ததும் முகம் சிவந்திருந்தது. கண் துளும்பிற்று.

"ஸாருக்கு என்மேல் என்ன கடுப்போ தெரியவில்லை." மூக்கை உறிஞ்சினார்.

"கருணாகரன் எனக்குப் பசி என்று நினைக்கிறேன்."

பதறிப் போனார். "அடடா ! காலையில் ஆகாரம் பண்ணேளோ இல்லையோ, எழுந்திருங்க. கடையை அடைச்சுட்டு வீட்டுக்கே போகலாம்."

"இல்லை கருணாகரன் ஊர் திரும்பறேன். பன்னிரண்டு மணி வண்டியைப் பிடிச்சால், சாப்பாட்டுக்கு வீட்டுக்கே போயிடலாம்."

"என்ன சார் பல்டி? இருந்து சாப்பிட்டுவிட்டு, மாலை ஒரு மலையாளப் படம்–எங்கள் ப்ரேம் நஸீர், ஷீலா ஜோடி. நீங்கள் பார்த்தே ஆகணும். நடிப்பு என்ன என்று அப்புறம் நீங்களே சொல்லப் போறீங்க."

(ஹும். உங்களைவிடவா?)

–"இரவு தங்கிட்டு காலை குழல்புட்டு தேங்காய்ப் பாலோடு சாப்பிட்டுருக்கீங்களா? என் மாமியார் ஸ்பெஷல், வந்திருக்காங்க–"

"இல்லை கருணாகரன், நான் கிளம்பறேன். வீட்டில் போட்டது போட்டபடி அப்படியே வந்திருக்கேன்–"

இவனோடு ஒருகணம் எனக்கு இருப்புக் கொள்ளவில்லை. இங்கு விட்டுக் கயண்டால் போதும்.

"என்ன ஸார், அவங்க சமைச்சு வெச்சுக்கிட்டு ஆவலோடு எதிர்ப்பாத்துட்டிருக்காங்க. நீங்களே பசின்னீங்க. உடனே காலில் கஞ்சியை வடிச்சுக்கிட்டு நிக்கறீங்க."

"இல்லை. அடுத்த தடவை பார்த்துக்கலாம்."

பெருமூச்செறிந்தார்.

"ஏ பையா, பச்சை வாழைப்பழம் ஒரு இருபத்தி அஞ்சு வாங்கிவா–ஊம், ஜல்தி"

நான் கடையைவிட்டு இறங்கிவிட்டேன்.

"என்ன ஸார், பணம் வேண்டாமா?"

"ஓ, ஸாரி, தாங்ஸ்."

# 5

பன்னிரண்டு மணி பஸ் தவறி விட்டது.

அடுத்தது இரண்டு மணிக்கு. காத்திருக்கும் சித்ரவதைக்கு ஏதேனும் ஒரு வண்டி, எதிர்த்திக்காயிருந்தாலும் சரி–எங்கானும் போய்க் கொண்டிருந்தால் சரி. பைத்தியம் பிடித்து, உண்மையாகவே அந்தப் பைத்தியக்காரத்தனத்தைச் செயல்படுத்துவதற்கு முன்னால், நல்ல வேளை, இரண்டுமணி வண்டி மூணு மணிக்கு மாப்பிள்ளை மாதிரி மிடுக்காக வந்து திடீர் ப்ரேக் போட்டு நின்றது.

உள் இருந்தவர்கள் வெளியேற, வெளிக் கூட்டம் உட்புக, நேர்ந்த மத்துக்கடையலில்–ஒரு கையில் வாழைப்பழச்சீப்பு–அப்பா கருணாகரா, போதுமடா நீ படுத்தறபாடு. தலையிலடித்துக் கொள்ள மறுகை இல்லை. வேட்டி அவிழ்ந்து போச்சுடா!–நிற்க இடம் கிடைத்ததே அனந்த பத்மநாபன் அருள்.

இது சாக்கில் ஒரு எண்ணம், தோன்றியது தோன்றியபடி. ஒண்ணும் வேண்டாம், வெறுமென உயிருடன்–அல்ல, உயிராக இருப்பதே, இருப்பதிலேயே, அந்த ப்ரக்ஞையிலேயே ஒரு தூய சந்தோஷமுமில்லை? உபநிஷக் கதை–பாழுங் கிணற்றில் விழுந்து விட்ட ஆள்–தண்ணீரில் வாயைப் பிளந்து காத்துக் கொண்டிருக்கும் முதலை–மேல துரத்தி வந்தபுலி–உறையைச் சுற்றி உடம்பு வளைந்த பாம்பு–ஆனால் மரத்திலிருந்து சொட்டும் கொம்புத் தேனுக்கு நாக்கை நீட்டிக் கொண்டு, காத்திருந்தானாம், என்னதவறு? இத்தனை கஷ்டங்களிடையே, கிடைத்த சந்தோஷம் கிடைத்த வரை–இதிலேயே ஒரு ஆத்மாவின் தேடலைப் படிக்க முடியாதா? மனிதனின் சபல புத்தியைத்தான் பார்க்கணுமா?

அப்போத்தான் நினைப்பு வந்தது. இன்று பூரா பட்டினி என்பது. பேஷ் அம்மாவின் சிரார்த்த தினம் என் ஆசாரத்தைத்தானே காப்பாற்றிக் கொடுக்கிறது. நாக்கு வழ வழத்தது.

நடு வழியில் பஸ் ப்ரேக்டெவுன். கண்டக்டரும், ட்ரைவரும் ஹாய்யாக உள்ளே ஸீட்டில் காலை நீட்டி விட்டான்கள். இரண்டு மணி நேரத்துக்குப்பின் அடுத்த பஸ், கடைசி பஸ். ஏற்கனவே பிதுங்கிற்று. காத்திருந்தவரில் கைவரிசையுள்ளவர்கள் தொற்றிக் கொண்டனர். இந்தச் சமயம் எனக்கு அவ்வளவு சாமர்த்தியம் பற்றவில்லை. பஸ் பறந்தது, என்னை விட்டு விட்டு.

நடராஜா ஸர்வீஸ்தான், இன்னும் என் இடத்துக்கு இருபது கிலோ மீட்டருக்குப் பஞ்சமில்லை.

"ஏற்றிக் கொள்ளப்பா, இரக்கம் காட்டப்பா" என்று கெஞ்சுவதற்கு மாதிரிக்கு ஒரு கட்டை வண்டிகூட தென்படவில்லை. விட்டுப் போனவர்கள் ஒன்றிரண்டு பேர் ஆங்காங்கே குறுக்குப் பாதையில் திரும்பி விட்டனர். இந்தப் பக்கமே... நட்சத்திர... வெளிச்சத்துக்கே ஓசையடங்கி விடும். ரோட்டில் விளக்குகள் கிடையா. என் கையை என் முகத்தெதிரே நீட்டிக் கொண்டால், விரல்களைப் பார்க்க முடியாது. வழித் துணைக்கு—நானும் என் எண்ணங்களும்தான்.

ஆங்காங்கே மின்மினிகள், எண்ணங்களுக்குத் தைரியம் தருகின்றன. மேலே மரங்களின் கிளைகள், இலைகளின் அடர்த்தியுள் நட்சத்திரங்கள் ஒளிந்துகொண்டன. காலடியில் புழுதி மண் மெத்துமெத்தென அழுந்துகிறது. எனக்குக் கண்ணில் சதை வளர்ந்து கொண்டிருக்கிறது. ஆண்டவனே, இந்த இருட்டில் எங்கேனும் மோதிக் கொள்ளாமல் இருக்கணுமே! வழி தப்பாமல் இருக்கணுமே!

அதோ அதென்ன எட்ட, மரங்களிடையே ஆடும் வெளிச்சம்? வாடை வீசுகிறது. பிணம் எரிகிறது. இந்த இருளில் வாசனைகள்தாம் வழிகாட்டி.

"ஜக்ஜக்ஜக்ஜக்"—எங்கோ வயற்காட்டில் மோட்டார் ஓடுகிறது. அதுவும் தெம்பாய்த்தானிருக்கிறது. நட, நடந்து கொண்டேயிரு.

ஒரு பிரம்மாண்டமான திரைச்சீலைக்கு வழிவிடுவதுபோல் சாலையின் இடப்புறம் மரங்கள் திடீரென ஒதுங்கிப் பின் விழுகின்றன. வானம் மரங்களின் சிறைகளினின்று விடுபடுகின்றது. அண்டப் பிடியிலிருந்து கிருஷ்ணபட்சம், பஞ்சமி நிலா உதயமாகிறது. அந்த வட்ட விளிம்படியில் ஏரி ஜலம் செவ்வெள்ளித் தகடாய் ஜ்வலிக்கிறது. சிற்றலைகள் கிளுகிளுக்கின்றன, மீன்களின் துள்ளோசை விட்டு விட்டுத் தெறிக்கிறது.

கொசுவின் 'நொய்ஞ்ஞில்' இருளினின்றி இழை பிரிந்து நெருங்க நெருங்க மூச்சு ஓயாத கருவண்டாக மாறி, வெகு விரைவில் வானத்திலிருந்து தம்பூரின் ஸ்ருதிபோல் ஒரு ஓங்காரம் இடம் பூரா பொழிந்து நிறைகின்றது. ஹா! ஏரிமேல் உயர ஒரு சிவப்பும், பச்சையும் மாறி மாறிக் கண்சிமிட்டின. திருவனந்தபுரத்திலிருந்து வந்து கொண்டிருக்கிறான், வருகிறான், வந்து விட்டான். ஒரு வளை வடித்து அதோ எட்ட எட்ட மறைந்து விட்டான்.

மறுபடியும் தனிமையாக விடப்படுகிறேன்.

இப்போ ரேடியோவை முடுக்கினால் பாலமுரளி கேட்கும். சாமணையால் பொறுக்கி வைரங்களைத் தோடில் பதிப்பது போலும், ஸ்வரங்களை நேர்த்தியாகத் தொடுத்து வரும் மந்தரத்தில் ஸிம்ஹநாதம், அதிபஞ்சமத்தில் வானம்பாடி உச்சஸ்தாயிலிருந்து அப்படியே சுருண்டு அடித்துக் கொண்டு கீழிறங்கும் பிர்ககாவில், ஜாதிப்பறவையின் குறி பிசகா பாய்ச்சலின் வீச்சு. அந்த 'த்ரில்லை' நினைத்தால் உடல் குலுங்குகிறது.

அடுத்தாற் போலேயே எதிர்மாறான ஒப்புவமையில் மதுரை சோமு. ஸ்ருதி சுத்தமான நாதவெள்ளத்தின் காட்டாறு. 'குரு நாதா!' அன்றொரு நாள் இதே திருவையாறு உற்சவத்தில். தன் குருநாதர் பாட, அவருக்குத் திண்டு மாலை சார்த்தினாற்போல, பின்னணியில் சோமு குரல் குருநாதரின் குரலை அன்புடன், பணிவுடன், திடமாக அணைத்துக் கொண்டு 'மரியாத காதய்யா!' அப்பா! இப்பவும் மயிர் கூச்செறிகிறது. அதுபோல் இன்னும் கேட்கப் போகிறேன். எனக்குத் தெரியும் கேட்கப் போவதில்லை.

அதெல்லாம் முகூர்த்தவேளை. விதி பாக்கியம் அப்போ அமைந்ததோடு சரி. திரும்பாது.

அறை விளக்கை அணைத்து விட்டு ரேடியோ பல்பே இருளின் நெற்றிக்கண். ரேடியோ எதிரே, பிரம்பு சாய்வு நாற்காலியில் அம்மா சாய்ந்து கொண்டிருக்கிறாள். அவள் காலடியில் நான், தரையில்.

அம்மாவின் பார்வையின் 'மெத்'தை உணர்கிறேன். இசை பின்னும் கோலத்தில் நாங்களும் இரு கட்டான்கள்.

"குருநாதா!"

அம்மா! நீயேதான் என் குருவும்கூட. என்னை ஆளாக்கினவளே நீதான். இந்த சமயம், உன் காலடியில், நான் இப்படி உட்கார்ந்திருப்பது–அம்மா எனக்குச் சொல்லத் தெரியல்லே–நான்

நாயாக மாறி விடமாட்டேனா என்று ஆசையாக இருக்கிறது. அம்மா எனக்கு சொல்லத் தெரியல்லே.

அதெல்லாம், முகூர்த்தவேளை திரும்பாது.

அம்மா, என் இதயத்தில் அப்படிக் கிளர்ந்தது பக்தியா பாசமா, விசுவாசமா?

உன்னைக் கேட்டுத் தெரிந்துகொள்ள முடியாது. உன் மோனச் சிரிப்பைச் சிரித்துக் கொண்டு சும்மாயிருந்து விடுவாய் மூலவர்போல.

"அடபோடா அசடே" என்று அதற்கு அர்த்தம் கொள்ளலாம்.

என் அசட்டுக் கேள்விக்கு வாய்திறந்து பதில், அதைவிட அசட்டுத்தனமாயிருந்திருக்கும்.

அது எனக்கு இப்போ புரிகிறது.

ஆனால் அது எனக்கு அப்பவே தெரியும்.

கேள்வியோ, பதிலோ வெளிப்பட்டிருந்தால்; அந்த சொல்லிலேயே சிதைத்து விடும் நேர்த்தியான தருணம் அது. அந்த வேளையின் துல்லியத்தில் இங்கே ஏதோ ஒரு உண்மை மலர்ந்திருக்கிறது. அதன் இதழ்களின் நடுவிலிருந்து மோனாதேவி எழுகிறாள். அவள் அரிதானவள். கேள்வியென்றும் பதிலென்றும் விசாரணையென்றும் நம் வறட்டுச்சாதுர்யங்களை விளம்பரப்படுத்திக் கொள்ளும் வார்த்தைகளின் கிசுகிசுப்புகூட அவளுக்கு ஆகாது. நலுங்கிப்போவாள். அவ்வளவு நளினமானவள் நளின காந்தி.

"மன வியால கிஞ்சரா தடே மர்மமெல்லதில்–"

கவிதா சோகத்தின் அத்தரே ஆனந்தநிலையின் அடையாளம்.

பாலம், பாராங்கல், பெரிய மண்டபம்–

அட, எண்ணங்களின் இன்பத் திளைப்பிலேயே நடை அலுப்பு தெரியாமலே என் இடத்தின் அடையாளங்களுக்கு வந்து விட்டேனே! ஆச்சு, இன்னும் அஞ்சு நிமிஷம்தான்.

உர்ஸ், என்னத்தை ஆக்கி வைத்திருக்கப் போகிறாள்? முழுச்சோம்பேறி, சாமி இன்னிக்கு வராது என்று சாவியை கூரை ஓலையிடுக்கில் (அசல் இடம் எங்களுக்குத் தெரியும்) ஒளித்து வைத்து விட்டுப் போயிருப்பாள்.

"க் றீ ச்–!"

தூக்கி வாரிப் யோட்டது. அலறியது, குரங்கா. அல்ல? வேறெந்த இரவுப்பறவை? மறுகணமே, மேலே பலாக் கிளையினின்று பொத்தென்று என் கழுத்தில் ஒருவடம் விழுந்தது. மேலும் தானாகவே இன்னொரு வளையம் சுற்றிக்கொண்டது. கல்லாய் உறைந்து போனேன்.

நிலா வெளிச்சத்தில், கறுகறுவெனக் கூந்தல் கறுப்பில், வழவழவென்று நெளிவுகள் தாமே மாறிக் கொண்டு, தன்னைத்தானே சாட்டை உருவிக் கொண்டு என்னை ஏதோ கேட்க ஆயத்தத்தில் என் முகத்தெதிரே தலையை உயர்த்தி... மண்டையில் இரு நீலக்கறர்கள் கொதித்தன.

இன்னும் யோசித்துக் கொண்டேயிருக்கிறேன். இன்னும் வியப்புத் தணிந்த பாடில்லை. அந்தச் சமயம் எனக்கு நேர்ந்தது அதிர்ச்சி?... பயம்? திட்ட வட்டமாய்த் தெரியவில்லை. "இன்றோடு என் ஆட்டம் முடிந்தது" ஊஹூம். நிச்சயமாய் வாய் குழறவில்லை, மனம் பேதலிக்க வில்லை.

விரக்தி? அப்படியென்றால் அசலாய் என்ன அது?

தெளிவு? திரை கிழிந்த மாதிரி? அப்படிச் சொல்லிக் கொள்ளலாமா? ஆம் என்கிற பாவனையில் முனகுகிறேனோ?

பயங்கர பரவசம். தடம் மாறிப்போன உணர்வு. எல்லாம் ஒரே உயிரின் வியாபகம். அதன் மையத்தில் நான் இம்மாபெரும் உயிரோவியமாய் என்னிலிருந்து உயிரின் ஒளிக் கதிர்கள் புறப்பட்டுப் பரவி கழித்து என்னிலேயே திரும்பவும் அடைந்து கொண்டிருக்கின்றன. லோகோஸ்ருதியின் சுழிப்பில் நீ வேறு நான் வேறு. நீ யார், நான் யார்? ஸ்ருதி வெள்ளத்தின் துளும்பலின் விதிர்விதிர்ப்புகள் எத்தனை எத்தனையோ? பேச்சு, பேச்சு, பேச்சின் வியர்த்தம். உருவங்கள் அர்த்தமற்றுப் போகின்றன. போன அர்த்தத்தில் நான் நாகலக்ஷ்மி. இந்த அர்த்தத்தில் உன்னோடிருக்க உன்னிடம் வந்திருக்கிறேன். தனித்தனி அர்த்தங்கள் அர்த்தமற்றுப் போகின்றன. ஒரு அர்த்தம்-ஒரே அர்த்தம்தான் உண்டு. பிரிதல் கூடுதல், சாவு, வாழ்வு, பிறப்பு எல்லாம் என்ன பித்துக் கொள்ளிதனம்? உனக்கும் எனக்கும் சொந்தம் விட்டுப் போயிடுமாடா? இன்று எனக்குத்தான் சாப்பாடு இல்லை. நீயும் பட்டினி கிடக்கணுமாடா?

என்னவோ தோன்றிற்று. என் கையில், கூடவே வளர்ந்து விட்டாற்போல் இருந்த வாழைப்பழச் சீப்பை தூக்கிப் பிடித்தேன். அதன்மேல் தாவிப் படர்ந்துகொண்டது. சீப்பை அப்படியே

மெதுவாகக் கிழேயிறக்கினேன். ஒரு பழத்தைப் பறித்து, உரித்து நீட்டினேன். அதை அது கவ்விக் கொண்டது. நானும் ஒன்று உரித்துப் போட்டுக் கொண்டேன். அம்மாடி! தொண்டைக் குழாய் வழி சில்லென்று உள்ளே இறங்குகையில் என்ன சுகம்! என்ன சுகம்! மேலும் நாலைந்து உரித்து ரயில் வண்டித் தொடர்போல் ஒன்றையொன்று ஒட்டினாற்போல் வைத்தேன்.

இதென்ன உறவு! ஐந்து வருடங்களாக விட்டுப்போன அம்மா சிரார்த்தம் இன்று ஸர்வ ப்ராயசித்தத்துடன் நிறைவேற்றிக் கொள்கிறதா? தன் ஹவிர்ப் பாகத்தை அம்மாவே நேரில் வந்து வாங்கிக் கொள்கிறாளா? என் சக்தி அவள் பசி—எங்கள் அந்தரங்கம் நாங்கள் யாருக்குச் சமாதனம் சொல்லியாகணும்?

நகர்ந்து நகர்ந்து பத்தடி—அது என்னைத் துரத்தவில்லை. இன்று காலை உர்ஸ் என்னை முன் கூட்டி எச்சரித்த இடம் இதுதான் என்று ஞாபகம் வந்ததும்—என் நடை வேகம் அதிகரித்தது. ஒன்றும் நேரவில்லை. திகில்—ஓடினேன். குடிசை, குடிசைச் சாவியைக் கண்டு பிடித்து எடுத்து, கதவைத் திறந்து, உள்ளே புகுந்து கதவை மூடித் தாளிட்டு—அதற்குமேல் தாளவில்லை. தடம் திரும்பி விட்டது. குப்பென்று வேர்த்துக் கொட்டிற்று. முடியவில்லை. இடுப்பு தள்ளாட்டம் கண்டு விட்டது. நின்ற விடத்திலேயே தடாலென்று விழுந்ததுதான் தெரியும்.

# 6

கதவைத்தட்டும் சத்தம்.

விழித்துக் கொள்கிறேன்.

சுவரில் பொற்கதிர்கள் விளையாடிக் கொண்டிருக்கின்றன.

முக்கி முனகி எழுந்து கதவைத் திறக்கிறேன்.

வாசற்படியில் உர்ஸ் நிற்கிறாள். ரவிக்கை, பாவாடை, இடையில் குடம். மறுகையில் என் வாழைப் பழச் சீப்பு போனது போக.

அவள் கண்களில் வியப்பு, வாதாங்கொட்டை மேட்டு விழிகள். கீழுதடின்மேல் உறங்கும் மேல் உதடு. அசப்பில், சில ஓரைகளில் சில சாயல்களில் அந்த முகம் சிற்பியின் கனவாயிருக்கக்கூடும்.

மறுபடியும் எனக்கு உடலில் வெலவெலப்பு, தள்ளாடி நடந்து, சற்று எட்டப்போய் உட்காருகிறேன்.

என்மேல் நாட்டம் மாறாமலே குடத்தை இறக்கி விட்டு என்னிடம் வந்து அருகே அமர்கிறாள். மழையோ, வெய்யிலோ, கொட்டுகிற பனியோ, இந்த மலையாளிகள் எப்படி இவ்வளவு தண்ணிப்பு வெள்ளத்தில் நாள் தவறாது தலைக்கும் ஸ்னானம் பண்ணுகிறார்கள்? ஜலத்தில் விரலை வைக்கவே நமக்குப் பயமாயிருக்கிறது.

அவள் விழிகளில் வினா முற்றியது. சட்டென அவள் மூக்கு நுனி சுருங்கிற்று. என்னை, என் முகத்தை, என் மார்க்களத்தை, மூக்கு நுனியாலேயே உழுவதுபோல, மேலேபடாமல், பரவலாக முகர்ந்தாள்.

“என்ன ஸாமி, நேற்று பெரியகளியோ?” பாதி நையாண்டி, பாதி வினை.

–'சௌக்யமாயிருக்கேளா நீங்கள் எங்கேயோ அங்கே நீங்கள் நான் இங்கே. இருவருக்கும் வீண் வீறாப்பில் விரலிடுக்கில் வழிஞ்சுபோன நாட்களை நான் எண்ணி வெச்சுகல்லே, உங்கள் மாதிரி. ஆனால் உள்ளே உளுத்துப் போச்சு. ஒரு வருஷமா உடம்பு சரியில்லே. சோர்ந்து சோர்ந்து வரது. ஆகாரம் தங்கல்லே. வெளி நோக்கிடறது. எக்ஸ்ரே எடுத்தது. எல்லாம் சரியாய்ப்போயிடும்னு எல்லாரும் சேர்ந்து அடிச்சு சொல்றா. அதாலேயே முழுப் பூசனிக்காயை மறைக்கறா. மனசை சரியா வெச்சுக்கணுமாம் எப்படி வெச்சுக்கறது? நீங்களே சொல்லுங்கோ... என்னை வந்து பாருங்கோ, நமஸ்காரம். நேக்குப் பயமாயிருக்கு.'

'நேக்குப் பயமாயிருக்கு.'

ஆம், எனக்கும்தான் பயமாயிருக்கு. பயம் ஒட்டுவாரொட்டி. நாய் பாய்கிற மாதிரி பயத்தை இன்னொருவர்மேல் அவிழ்த்து விடலாம். என் கைகளில் உதறலினின்று ஒளிந்து கொள்வதற்காக இருகைகளாலும் என்னை அழுந்தத் தழுவிக் கொள்கிறேன். வெய்யில் திடீரென மஞ்சள் மங்கிற்று.

உர்ஸ் குத்திட்டு உட்கார்ந்துகொண்டு தோசை வார்த்துக் கொண்டிருக்கிறாள். மாவுக் கொட்டாங்கச்சியினாலேயே, தகரத்தில் ஊற்றிய மாவை மெல்லியதாக வட்டம் எழுதுகிறாள், கொடியடுப்பில் குழம்பு காய்கிறது, தோசையில் புள்ளிகள் தோன்றுகின்றன. மணம் வயிற்றைக் குடைகிறது. நேற்று பட்டினி என்பதால் மட்டுமல்ல. வயிற்றில் மண் எடுத்துவிட்ட மாதிரி, ஏதோ பள்ளம் விழுந்து விட்டது. கெட்ட சேதிக்கு ஒண்ணும் வேண்டிருக்காது என்பார்கள். அனால் எனக்குப் பயங்கரமாப் பசிக்கிறதே!

பாம்பு கழுத்தில் விழுந்தது ஆகாதென்பார்கள்.

"கழுத்தில் விழுந்த மாலை கழட்ட முடியவில்லை.
நற்காரிகையே வகையறியேனே."

அந்த நாள் நாகசாமி பாகவதர் ப்ளேட். மூக்குக் கொஞ்சம் 'னொண னொண' ஆனால் நல்ல குரல்.

விட்டுத் தொலைத்து விட்டேன். சென்று போன என் வாழ்க்கைக்கு ஸ்னானம் பண்ணி விட்டேன் என்று நினைச்சதெல்லாம் தப்புக் கணக்கு. அஞ்சு வருடங்களாகியும், இவ்வளவு தூரத்திலும் மதுரத்தின் கை இவ்வளவு நீளமா? கடலாழத்தில் நங்கூரம் புதைவதுபோல.

இப்போகூட என்னைக் கட்டியிழுத்துச் செல்ல யார் இங்கே? முகம் பாராமல், முதுகைத் திருப்பிக் கொள்ள எத்தனை நாழி?

எண்ணினால் வந்த கடிதம் எட்டு சுக்கல். மதுரநாயகி அம்மாள், உங்கள் கடிதம் கண்டு உங்களை நான் மறந்தாலும் என் மனச்சாட்சி தெளிவுதான். நீ அன்று சவால் விட்ட மாதிரி உன் பிள்ளைகள் முன்னுக்கு வந்திருப்பார்கள். உன்னை ஜாம் ஜாம் என்று தாங்குகிறார்கள். ஏழை நான் அங்கு வந்து உனக்கு என்ன செய்யப் போகிறேன்? இறந்த காலத்துள் ஏன் என்னைத் திரும்ப இழுக்கப் பார்க்கிறாய்? உன்கோபுரத்துக்கு அழகாகக் குரங்கு வேண்டியிருக்கிறதாக்கும்! இப்பவே நி பொய் சொல்லவில்லை என்று என்ன நிச்சயம்? உன் தாய் வழிப்படி உனக்கு ஆயுசு கெட்டியாகத் தானிருக்கும். இதெல்லாம் சந்ததி பேசும்–

அரவம் கேட்டு நிமிர்கிறேன். உர்ஸ் இரண்டு கைகளிலும் ஏனங்களைத் தாங்கிக் கொண்டு எதிரே நிற்கிறாள்.

என் மடியில் தோசையைத் தட்டோடு வைக்கிறாள். பற்றா பசையா? மதுரம் கத்துவாள். இப்பவே ஆரம்பித்து விட்டாளே! குடி தண்ணீரைத் தரையில் வைத்து விட்டு என் காலடியில் உட்கார்ந்து கொள்கிறாள்.

"சாமிக்கு உடம்பு சுகமில்லையோ?"

பாங்குக்குக் கேட்டாலும் சந்திரன் கோட்டைபோல், அதுவும் அனுசரணையாத் தானிருக்கிறது.

சுழல் இழுத்துச் செல்கையில் கரையில் முளைத்திருக்கும் கோரைப் புல்லும் உயிருக்குப் பிடிதான். கரையேற ஒருவழிதான்.

கடிதத்தை அவளிடம் நீட்டுகிறேன். அப்படியே அவசரப் பார்வை பார்த்து, உதட்டைப் பிதுக்கித் தலையை ஆட்டி, கை விரிக்கிறாள். எனக்குப் புரிகிறது.

"என் மனைவி உடம்பு சரியில்லேன்னு எழுதியிருக்கா."

என் விழிகள் திடீரென வழிகின்றன. நான் எதிர் பார்க்கவில்லை. விரும்பவில்லை. சொட்டுக்கள் தோசைமேல் விழுகின்றன. நான் மறைக்க முற்படவில்லை. இனி மறைத்து என்ன? ஆனால் உர்ஸ் கண்டு கொள்ளாது கன காரியமாய் அடுப்பண்டை விரைகிறாள். போகிற போக்கில் மூச்சோடு மூச்சாய்.

"ஐயம் சாரி"

வார்த்தைகள் காற்றில் தொற்றிக் கொண்டு காற்றையும் பெருமூச்சாக்கின.

இலைகளின் ஓசைகள், பக்ஷிகளின் கானங்கள் சட்டென ஏதோ அச்சத்தில், அடங்கிப் போனாற்போல் தோன்றுகிறது. எனக்குப் பயம் அதிகரிக்கிறது. இவ்வளவு பெரிய அனுதாபம் நான் வேண்டவில்லை. உங்கள் ஓசைகளில் ஒன்றாகிவிடத்தான் என் விருப்பம்.

நேக்குப் பயமாயிருக்கு.

மரங்களின் பின்னணியில், அவைகளை ஓங்கிக் கொண்டு ஒரு கருமேகம் கட்டுகிறது. உயரமாய், அகலமாய், ராக்ஷஸமாய், பயங்கரத்தின் கம்பீரத்தில் மரங்களின் கிளைகளின், இலைகளின் பின்னணியில் நின்றபடி அத்துடன் ஒரு குட்டி மேகம். ஆயுதம்போல் தானே நகர்ந்து அதன் கையில் ஒட்டிக் கொள்கிறது.

'வா போகலாம்' என விளிக்கிறது.

பகவானே, என் செய்வேன்? கைகள் பிசைந்து கொள்கின்றன.

கற்பனைக்கிடங்கொடேல். உள்ளதும் உள்ளதற்குப் பெரிசாக உருக்காட்டிப் பயமுறுத்தும் மறதியை வெற்றியுடன் பயிர் செய்ய மனதைக் கல்லாக்கிக் கொள்ளணும். அந்த சக்தி என்னிடமில்லையே! சரியாகக் கரையாமல் கட்டியுமுட்டியுமாய்க் கஞ்சிமாவாய் ஆகிவிட்டேனே!

மதுரம் புக்ககத்துக்கு வந்த புதிது. கூட்டுத்தனமாயிருந்த நாள். வீடு ஒரே ஸல்லோ புல்லோ–இன்னும் சாந்தி கழிக்கவில்லை. நாள் இன்னும் பொருந்தவில்லையாம். "எல்லாம் நல்லத்துக்குத்தான், நெடுங்காலத்துக்குத்தான் சொல்றோம். பொறுக்கலாம், பொறுக்கணும்" அதென்ன பாஷையோ? இவர்கள் வார்த்தைக்கு யார் எதிர்ப்பு சொன்னது? எங்கே தைரியம் இருக்கிறது. இருந்தால் அந்தத் தோரணையில்தான் பெரியவர்களுக்கு அவர்கள் வயதின் அதிகாரம்! வந்தவர் போனவர் எல்லாம் அவர்கள் பேருக்கு ஆளுக்கு ஒரு அடி அடித்து விட்டும் போகணும்! "என்னவோ அப்பா நான் சொல்றதைச் சொல்லிட்டேன். கையைப் கோத்துண்டு போகணும்னா. கையைக் குவித்துண்டு போவதோடு, நின்னால்சரி" இது இன்னொரு பாணி! பழத்தைக் கையில் வைத்துக் கொண்டு கனியக் காத்திரு என்பது. அது அந்த நாளை விக்ரமாதித்த சோதனைகளில் ஒன்று.

ஒரு வெள்ளிக்கிழமை காலை.

அவள் வென்னீருள்ளிருந்து வெளிப்படுவதற்கும், அகஸ்மாத்தாய் என் ஸ்னானத்துக்குத் தயாராகிக் கொண்டு அவளை எதிர் கொள்வதற்கும் சரியாயிருந்தது. மோதிக் கொள்ளவில்லை ஆனால் கிட்டத்தட்ட அப்படித்தான்.

சம்பந்தா சம்பந்தமில்லாது இந்த சமயத்தில் ஏன் இந்த நினைப்பு? தெரியவில்லை.

கூந்தலைச் சிம்மாடுக் கொண்டையிட்டு, முகத்தில் மஞ்சள் பளிச்சிட, கூடவே மைசூர் ஸாண்டல் சோப்பின் 'கம்' – உடம்பில் ஈரத்தைச் சுற்றிக் கொண்டே, அரக்குக் கலர்ப் புடவை. உள்ளே எதுவும் அணியவில்லை. தோய்த்த ரவிக்கை தோள்மேல் தொங்கியது. இரு தோள்களும் மஸ்தாய் மறைவு எதுவுமிலாமல்.

ஈரத்தில் விளிம்பு காட்டும் அவள் மார்முட்டை இப்போ நினைத்தாலும் 'சுருக்'. வயது தாண்டிவிட்டாலும் இதற்கெல்லாம் நினைப்புக்கு வயதுகிடையாதோ? அந்த நினைப்பில் அந்த வயதாகி விட்டேன். அதனால் அப்படித் தோன்றியது. அந்த வயதில் குற்றமோ, உரிமையோ என்னென்று கண்டேன்?

அவள் முகத்தில் ஒருங்கே வெட்கமும் வெற்றியும் குழுமி கண்களில் ஒரு சவால் புன்னகை. 'என் சாக்கு எப்படி?' என்கிற மாதிரி, சரேலென்று போய் விட்டாள்.

அம்மன் புறப்பாடு அலங்காரம்போல் பின்னழகுகள் பிதுங்கின.

நின்றவிடத்தில் ஸ்தம்பித்து நின்றேன். அப்போ நான் நினைத்தது என்னென்ன? எல்லாம் இப்போ நினைவுக்கு உடனே வரவில்லை. ஆனால், ஒரு பாலடைக்கட்டி மட்டும் மேலாக மிதக்கிறது.

"என் அம்மன், எனக்குக் காத்திருக்கிறது."

நாம் எப்பவுமே அசடுகள்தான். பீடத்தில் ஏற்றி வைத்துவிட்டு, நாமே தள்ளினாலும் சரி, அது தானே விழுந்தாலும் சரி, தாளாமல் துடித்துப் போகும் அஞ்ஞானிகள். தெளிவு கொண்டவர் பெண்டிர்தாம். வேளையின் கவிதை மாயத்தில் அவர்கள் மயங்குவதில்லை. சமயத்துக்குத் தாயம் போட்டுக் கொண்டு, தங்கள் சௌகரியம் குன்றாமல் பிழைக்கத் தெரிந்த யதார்த்திகள்.

"சொய்சூஞ்–"

தோசையின் இனிய வார்ப்போசை.

"சாமி அப்போ பட்டணம் போ வேண்டாம்?"

"ஹும்."

"சாமி போனால் திரும்பி வருமா? இல்லை அப்படியே அங்கேய–"

புன்னகை புரிந்தவண்ணம் என்னைப் பார்க்கிறாள்.

ஓ... இது இன்னொரு சங்கடம் இருக்கா?

"கிழக்குச்சீமையை ஞான் கண்டதேயில்லை..." தனக்குள்ளே உர்ஸ் முனகிக் கொண்டாள். அவளைப் பொறுத்தவரை வெறும் உரத்த சிந்தனைதான்.

ஆனால், சட்டென எனக்கு ஒரு யோசனை 'சுர்ரென' வத்தி கிழித்தது.

"உர்ஸ், நீ என்னோடு வரயா?"

அங்கு என்னை அவள்–அவர்கள் கட்டிப் போட வழியில்லாமல் திரும்புவதற்கு இவள் ஒரு திடமான காரணம் ஆவாள். அழைத்துப் போனால் செலவு கூடத்தான். ஆனால் இந்த சயமத்தில் செலவைப் பார்த்தால் முடியுமா?

அவள் என்னை வியப்புடன் பார்த்தாள். "சாமி களிபறையறதா?"

"களியுமில்லை, கஞ்சியுமில்லை" எனக்கு உற்சாகம் மூண்டுவிட்டது. "மெய்யாகத்தான்" உடனே எனக்கு ஸ்வரம் இறங்கிற்று. "ஆனால், உன் அப்பா சம்மதிப்பாரோ இல்லியோ?"

"அச்சனைச் சரியாக்கிடலாம்" அவள் கண்களில் பேராசையின் குறுகுறுப்பு ஏறிற்று.

"அம்மை?"

அலக்ஷியமாகச் சூள் கொட்டிவிட்டு வெளியே ஓடினாள்.

# 7

மடிமேல்–தோசைமேல் கண் விழுந்தது. திடீரெனப் பசி கொழுந்து விட்டது. தோசை ஆறிவிட்டது. பசை வரண்டு விட்டது. விண்டு குழம்பில் தோய்த்தேன், குழம்பு ஆறிப்போச்சு. உர்ஸ் செய்யும் பாகத்துக்கும் எனக்கும் பொதுவாக ராசி கிடையாது. மனம்போல மாங்கல்யம். இந்தச் சமயத்தில் இந்தப் பழமொழிக்கு என்ன பொருள்?

கனைப்பு. மிஸ்டர் ஜ்யார்ஜ் வாசலில், வாயில் ஒரு பல்குச்சியை மாட்டிக் கொண்டு நின்றார். அந்தப் பல்குச்சிக்கு அர்த்தமே கிடையாது. பல் விளக்கியுமிருப்பார். விளக்காமலுமிருப்பார். வெறும் வாய்க்கு ஒண்ணு. தோசைத்தட்டை நீட்டினேன், அப்படியே வாங்கிக்கொண்டார். 'மள மள' வென முறித்து வாயில் போட்டுக் கொண்டே...

"உர்ஸ் ஏதோ பறைஞ்சது"

"எஸ், வில் யூ பர்மிட்?"

"உர்ஸ் ஒரு ஸில்லி."

"அப்போ நீங்கள் அனுப்பலியா?"

"நோ, நோ சாமியோட அனுப்ப என்ன?"

"தேங்க்யூ."

"உர்ஸ் ஒரு மான் குட்டி. ஒரு இன்னசன்ட்."

"நிச்சயமா."

"மதராசி ஒரு வனப்ரதேசம். ஓநாய்கள், புலிகள்."

"ஓ?!"

"அப்பா தாகம் வரட்றது."

"தோசை தண்ணீர் கேட்கிறதாக்கும்" என்று சட்டென எழுந்தேன். ஆனால் அவர் கையமர்த்தினார். அர்த்தமுள்ள கபடுப் புன்னகை கண்களில் உதயமாகி, உடனே வாய்க்கு இறங்கி கன்னங்களில் வியாபித்தது. ஓஹோ! புரிந்து விட்டது. நெஞ்சில் கோபம் எலி பிராண்டிற்று. பேரம் இந்த லைனில் போகிறதா? உர்ஸ் 'அப்பனைச் சரியாக்கிடற' வழி இதுதானா? சுயநலம் என்றால் புத்தி எப்படியெல்லாம் போகிறது? ஆனால் ஆசை காட்டினவன் நான்தானே? என் சுயநலத்துக்கு நானும் விலை கொடுத்துத்தானே ஆகணும்? அவளைக்கூட அழைத்துச் செல்வதில் சுவாரஸ்யமான கட்டங்கள்–இன்னும் அவை தெளிவாகயில்லை. ஆனால் உருப்பிரிந்து விட்டன. தோன்ற ஆரம்பித்துவிட்டன.

கனைப்பு– யோசனை கலைந்து நிமிர்ந்தேன். ஐந்து விரல்களைக் குவித்து விரித்தார்,

உருவாகவே என்னுள் கோபம் படமெடுத்து விட்டது. ராஸ்கல், பாட்டிலுக்கு அடிப்போடுகிறான், மொந்தைக்கு சிங்கியடிக்கிறவனுக்கு வந்த வாழ்வு!–

நான் மறுப்பில் தலையை ஆட்டி இரண்டு விரல்களைக் காட்டினேன். "V" ஃபார் விக்டரி.

மனுசன் பதிலுக்கு விரலைக் காட்டக்கூட இல்லை. பாதங்களைத் தரை மண்ணுள் தோண்டி ஊன்றிக் கொள்ளும் விதத்திலிருந்தே, வெற்றி தனக்குத்தான் பண்ணிக் கொண்டு விட்டார். அவ்வளவு தன்னம்பிக்கை.

"நான் கொடுப்பேன் என்று உங்களுக்கு என்ன நிச்சயம்?"

புன்னகை புரிந்தார். இந்தக் கஜப் போக்கிரியை ஏன் என் மனம் இன்னும் பன்மையிலேயே நினைக்கிறது? ஆளுக்கு, எதிராளியைக் கட்டியாளும் ப்ரஸன்னம் இருந்தது.

உள்ளேபோய் ஐந்து நோட்டுகளைக் கொணர்ந்து, அவர் கைகளுக்கு மாறும் தறுவாயில் வேணுமென்றே தரையில் விட்டேன். என் ஆத்திரத்தைத் தீர்த்துக் கொள்வதுதான் எப்படி?

மிஸ்டர் ஜ்யார்ஜ் இணங்கவில்லை. புன்னகை புரிந்த வண்ணம் என்னைப் பார்த்துக்கொண்டே பாதங்களைத் தரையில் இன்னும் அழுந்தத் தோண்டிக் கொண்டு நின்றார்.

அந்த நிமிஷம் நாங்கள் ஒருவரையொருவர் கரித்த கரிப்பு கருகல் நெடி அடித்தது.

நான்தான் தோற்றேன். சினிமாவில் இந்த கௌபாய் கட்டம் எனக்குப் பொறுக்க முடியவில்லை. குனிந்து பொறுக்கியெடுத்து அவர் கையுள் திணித்தேன், நான்தான் பலஹீனன், அவன் நின்ற நிலையில் காலத்துக்கும் கல்தூணாய் நிற்பான்.

எனக்கு ஒரு ஸலாம் அடித்துவிட்டு விர்ரெனத் திரும்பிப் போய் விட்டான்.

ஊரிலிருந்து திரும்பி வந்ததும் இடத்தைக் காலி பண்ணிவிட வேண்டியதுதான். உர்ஸ்?

இன்று மாலையே எங்கேனும் இவர் உருண்டு கிடக்கும் இடத்தைத் தேடிப்பிடித்து தலை நசுங்க ஒரு பாராங்கல்லை இவன்மேல் போட்டால்தான் எனக்கு வயிற்றெரிச்சல் பாதியேனும் தீரும். ஆனால் அது சாத்தியமல்ல. நான் வேறு ஊர் ஆள். அதுவும் கிழக்கத்தி ஆள். சுருக்கத் துப்புத் துலக்கி ஆகி விடும். கையில் காப்புப் பூட்டி விடுவார்கள். தவிர, உடனே இப்போ மெயிலைப் பிடித்தாகணும்.

கடவுள் நியாயங்களை வழங்கும் வழியே தனி. ஜயார்ஜ் பாடு சுகம். உர்ஸ் பாடு சுகம். உற்றவர் மற்றவர் துரத்தலுக்குப் பயந்து எங்கேயோ ஓடிவந்து ஒளிந்துகொண்டிருக்கும் என்னை வளைதோண்டியெடுத்து வேட்டையாடி, எவர்களிடமிருந்து ஓடி வந்தேனோ, அவர்களிடமே என்னை விரட்டுவதுதான் அவர் வழி.

நாசத்துக்கே வசிய சக்தி இருக்கிறது.

இரவில், விளக்கு வெளிச்சத்தில் பல்லி வேட்டை எத்தனை தடவை பார்த்திருக்கிறேன்!

பாச்சை, ஈசல், தத்துக்கிளி பறந்து, தத்தித் தத்தி பல்லியின் அசைவற்ற உடலைத்தான் சுற்றிச்சுற்றி வருகின்றன. வேறெங்கேனும் தொலையக் கூடாதா? எத்தனையோ முறை விரட்டியும் பார்த்தாச்சு, அந்தக் கொட்டாத கண்களுக்கு என்னதான் வசிய சக்தியோ? அங்கேயேதான் அதன் வாயருகேதான்–

'லபக்' ஒன்றன் விதி க்ளோஸ். அடுத்ததின் முறை வந்தாச்சு, அதுபோல் இருக்கிறது என் கதி.

உனக்கு இவ்வளவு ஞானபூர்வமாக எல்லாம் தெரிந்திருந்தால் நீ போவானேன்? மதுரம் எக்கேடு கெட்டுப் போகட்டும்.

அந்த அளவுக்கு என்னிடம் பக்குவம் இல்லையே! பாசக்கயிறுதான் மேலே விழுந்தாச்சே!

எப்பவோ ஒரு சேதி படித்தேன். எங்கேயோ–வட நாட்டில்–ஒரு சிலந்தி தன் நூலால் பாம்பையே கட்டி விட்டதாம். இசைகேடாக நேர்ந்துவிட்ட சமாச்சாரம். நாள் கணக்கில் போராட்டம். வீட்டுக்காரன் இயற்கையின் நியதியைத் தடுக்க மறுத்து விட்டான். பிறரையும் நுழைய விடவில்லை. பாம்பு தன் பிணைகளில் நெளிகிறது, நூல் அற அற, மேலே மேலே புதுக்கட்டுக்கள் அதன்மேல் விழுந்துகொண்டே இருக்கின்றன.

குளிர்ந்த வாடைபோல் உர்ஸ் உள்ளே நுழைந்தாள்... உர்ஸ்தானா? இதுமாதிரி உர்ஸைப் பார்த்ததே எனக்கு மறந்து போச்சு.

தொட்டு மையிட்டுக் கொள்ளலாம் போன்ற அந்த மரப்பாச்சிப் பளபளப்புக்குப் புடவையின் தும்பைத் துல்லியம் கண்ணைப் பறித்தது. ரவிக்கையும் முண்டுமாகவே அவளைப் பார்த்துப் பார்த்துப் பழகிப்போன கண்களுக்கு அவளை ஒழுங்காகப் புடவையில் காண்பதே ஒரு சிறு அதிர்ச்சி. சந்தோஷமான அதிர்ச்சி.

இத்தனைக்கும் சாதாரண மல்துணிதான்.

நடுவகிடு எடுத்து, அழுந்த வாரி, பின்னல் அப்படி ஒன்றும் நீளமில்லை. ஆனால் நல்ல அடர்த்தி. காலில் செருப்பு. கழுத்தில் மெல்லியதொரு சங்கில், உமா கவரிங்க் என்று கண்டு கொள்ள பூதக்கண்ணாடி வேண்டாம். எனக்கே தெரிகிறதே! கையில் ஒரு சின்ன பிரயாணப் பெட்டி. அதன் பிடியில் இரண்டு, கைகளையும் சேர்த்துக் கொண்டு அதை லேசாய் ஆட்டியபடி, முகத்தில் சந்தோஷ லஜ்ஜை குழும...

கொஞ்சம் கலராய் மட்டும் இருந்தால்... சென்னையில் ஆகாசத்தின் கூரையையே தூக்கி விடுவாள். இப்பவும் என்ன கேட்டுப் போச்சு?

கனைத்துக் கொண்டு கோபத்தை வரவழைத்துக் கொண்டேன். ஆனால் கோபம் சுபாவமாகவே அடியெடுத்துக் கொடுத்த வேகத்தில் என்னைத் தாக்கிற்று. என்னால்தான் அவளை ஒண்ணும் செய்ய முடியாது. அவள் கடப்பாரைக் கஷாயம் குடித்தவள்.

“அச்சனை சரியாக்கிட வழி உன்னுடையதுதானே? பணம் பறிக்கச் சொல்லிக் கொடுத்தது. நீதானோ?”

என் குரல் ஸ்தாயி ஏறிக்கொண்டே போய் உச்சத்தில் அசிங்கமாய், கௌரவமிழந்து உடைந்தது.

“அச்சனை சாமி அறியும்” அழுத்தமான அமைதிக்கு மறுபெயர் உர்ஸ்.

“ஐம்பது ரூபாய்க்கும்!–” அஞ்சுவிரல்களையும் அல்லாசாமி மாதிரி அவள் முகத்தெதிரே காட்டிக் கொண்டு பட்டாணி வெடிப்பது போன்று குதித்தேன்.

“நான் ஐம்பது ரூபாய்கள் பொற மாட்டேனா?”

அட, சமயம் வந்தால் தமிழ் தமிழாகவே வரும்போல இருக்கே?

“உன் அப்பனுக்கு நீ அப்போ ஐம்பது ரூபாய்தான் பொறுவையா?”

“அச்சன் கூடக் கேட்டால் சாமி கொடுக்குமா?

தலையை இருக்கைகளிலும் பிடித்துக் கொண்டுவிட்டேன்.

அடுப்படியில் தோசைமாவு திறந்தபடி. அடுப்பில் நெருப்பு தானே நீர்த்துக் கொண்டு, எல்லாம் போட்டது போட்டபடி.

இவளை எப்படிக் கொடுமைப் படுத்தலாம்? எப்படியேனும் இவளைத் தலையிறக்கம் காணவேணும்.

என்னில் குரூரக்கோடு நெளிந்தது. எப்படியேனும் எனக்காக அந்தத் தோசைமாவு துளியேனும் அந்த முகத்தில் தெறித்து, அடுப்புக்கரி துளியேனும் அந்தப் புடவையில் ஈஷி–

“என்ன சமைப்பதாக உத்தேசமில்லையா?”

“இன்று அந்த ப்ளான் இல்லை,”

“உன் ப்ளான் என்னவோ?”

“ஹோட்டல் மீல்ஸ். ஞான் திருவனந்தபுரத்தில் ஒரு ஸ்தலம் அறிஞ்னு. எனக்கு நான் விஜ். சாமிக்கு. விஜ் ஸ்பெஷல் செட் ஏனங்கள். சாமிக்கி ஒர்ரி வேண்டா –”

“உர்ஸ் உனக்கு ஹ்ருதயம்னு ஒண்ணு இருக்கா? இருந்தால் அதில் இருட்டு, ஒட்டடை, வௌவால், தூரிருசல் தொங்கிக்கொண்டு...”

சாந்தமாக என் அருகே அமர்ந்தாள்.

“எங்களுக்கு ஹ்ருதயம் கட்டுப்படி ஆகாது!”

எனக்கு நாக்கு, வாய்க்கூரையை முட்டிற்று.

சொல்லி வைத்தாற்போல் ஒரு பட்சி, ‘கக்கடரிட்’வெனச் சிரித்தது.

கடைசி வார்த்தை எனக்குக் கிடையாது என்கிற சாபம் என்று வாங்கிக் கொண்டேன்? அவள் அமைதியாகத் தன் கை நகங்களைச் சிந்தித்துக் கொண்டிருந்தாள்.

என் ஜன்னல்களைக்கூட நான் மூடியாச்சு. என் கூரை, என் சுவர்கள் பத்திரமாயிருக்கின்றன. நான் இல்லாதவள் இல்லாதவரின் தத்துவம் இதுதானா? இரவின் காற்றுக்கள்போல நீ ஊளையிட்டுக் கொண்டிரு... என்று தன் மௌனத்தால் போதிக்கிறாள்.

திருவனந்தபுரத்துக்குப் பஸ்ஸில் தொற்றிக் கொண்டு திருவனந்தபுரம் சேர்ந்ததும் எங்கள் வருகைக்கும் சென்னைக்குத் தந்தி அடித்து, கருணாகரனிடம் போய்க் கெஞ்சிக் கூத்தாடி இன்னும் கொஞ்சம் பணம் பெயர்த்துக் கொண்டு உர்ஸைப் பாத்தவுடன் அவர் புருவங்கள் நெற்றி ஏறி, முன் மண்டை வழுக்கையில் தத்தளித்ததைப் பார்க்கணுமே! (சரிதான், பார்த்துக் கொண்டு தானே இருக்கிறேன்!)

ஓட்டலில் சாப்பிட்டுவிட்டு–

ஜங்ஷனுக்குப் போய்–நல்லவேளை உட்காரவேணும். ரிஸர்வேஷன் கிடைத்ததே உன்பாடு என்பாடு. நல்ல வேளை உர்ஸ் கூட இருந்ததால் பெண்டிர் கௌண்டரில் டிக்கட் சற்று சுருக்கத் கிடைத்தது.

வண்டியில் இடம் கண்டுபிடித்து ஏறி உட்கார்ந்து கொண்டு–உர்ஸ் எப்படியோ தனக்கு இடம் ஜன்னலண்டை பிடித்து விட்டாள்–நான் ‘உஸ்’ என்று ஒருதரம் சொல்வதற்குள், கருணாகரன் நான் எதிர்பாராமல் திடீரென ப்ளாட்பாரத்தில் எங்கள் எதிரே உதயமானார். கையில் ஒரு கணிசமான பார்சல்.

“ஹி! ஹீ!! ஹீ!!! நினைப்பு வந்தது. நீண்ட பிரயாணமாச்சே!” பார்சலை அவளிடம் நீட்டினார்– இல்லை அவள் கையுள் திணித்தார். ஸ்பரிசம் பட்டதுதான். கருணாகரனுக்கு முகம் அசல் உதயசூரியன்போல ஆகி விட்டது. வண்டி புறப்படும்வரை இருவரும் நெடுநாள் பழகியவர்போல மலையாளத்தில் என்னவோ பொரிந்து தள்ளிக் கொண்டிருந்தனர். என்னைச் சட்டை செய்யவேயில்லை.

நெற்றி வேர்வையைத் துடைக்கும் சாக்கில் நெற்றியில் அடித்துக் கொண்டேன்.

ஐயோ சபலமே!

# 8

## சென்னை

**வ**ண்டி செங்கோட்டை வந்ததும், பூமி சமவெளியாக வியாபித்து அதன்மேல் வானத்தின் கவியல் கண்டதும் எனக்கு என்னவோ மலைகள் வைத்த சிறையினின்று விடு பட்டாற் போன்றதொரு வெளிச்சம். ஐந்து வருடங்களுக்குப் பின்னல்லவா வருகிறேன்!

இந்தத் திடீர் மாறுதல் கண்டு உர்ஸ் குழந்தைபோல் கொக்கரிப்பாள் என்று எதிர் பார்த்ததற்கு அவளிடம் அதுபோல் எதிர்ச் செயல் ஏதும் தென்படவில்லை. தன் உணர்ச்சிகளை சீசாவில் அடைத்துக் கொண்டிருந்தாளோ அல்ல பாதிப்பே ஏதும் இல்லையோ?

உர்ஸ் எமத் தீனி தின்கிறாள். கருணாகரன் கொடுத்த பார்ஸலை அவள்தான் காலி பண்ணினாள். கணிசமாக ஒரு மிக்ஸ்சர் பொட்டலம், ஒரு பெரிய ரொட்டி, பிறகு பூணலூரில் மதியம் சாப்பாடு. இப்போ பிற்பகல் சிற்றுண்டிக்குத் தயாராகி விட்டாள். அவளைக் கரித்து என்ன பயன்? என் வயதில் சிறுசுகளுடன் போட்டி போட முடியுமா?'

சென்னை சேர்ந்தபின் அது வீடோ, ஹோட்டலோ எதுவாயினும் சரி மாற்றி மாற்றி ஒரு வாரத்துக்கு வெட்டணும். அடை, சேவை, மோர்க்கூழ், அரிசி உப்புமா, குழம்பு மாவு உப்புமா–சே, மானம் போக நாக்கு இப்படியா செத்துப் போகணும்?

எங்கே செத்துப் போச்சு?

உடல் செத்தாலும் ருசிகள் சாகா,

எனக்கும், குழந்தைகளுக்கும் இதுவே ஒரு சச்சரவு.

“அப்பா வேலையிலிருந்து ஓய்வு வாங்கிண்டு வீட்டோடு அடைஞ்சாலும் அடைஞ்சா, எப்பவும் தீனிதானா ஸ்மரணை? இன்னிக்கு என்ன சமையல்? அடுத்து என்ன டிபன்? சாப்பிட்ட வாய்க்கு நொறுக்குத் தீனி முறுக்கு, கிறுக்கு, சீடை, தட்டை? சே, படுபோர்.”

என்னைச் சொல்றான்கள், இவன்கள் குறைத்துத் தின்கிறான்களா? இஷ்டப்படி சுற்றி விட்டு வெளியே தின்பது போதாமல் வேளையில்லா வேளையில் திரும்பி வந்து, ‘என் வீதம் எங்கே?’ என்று சட்டம் பேசித் தட்டுத்தட்டாகக் காலிபண்ணுவது அவர்களுக்கும் தெரிவதில்லை. அவர்கள் அம்மைக்கும் தெரிவத்தில்லை. போதும் போதாக்கு ‘ஜமா’ சேர்த்துக்கொண்டு வந்து, மாதக் கடைசியில் ஒன்று இருக்கும், ஒன்று இருக்காது. நான் என்ன இப்போ மாதச் சம்பளக்காரரானா, ஒழுங்காய்த் தவறாத வருமானத்துக்கு?–இவர்கள் அடுக்குள் நிலவரம் தெரியாமல் அல்லது அது பற்றி அக்கறையே இல்லாமல் அதைக் கொண்டுவா இதைக் கொண்டுவா என்று அட்டகாசம் பண்ணுகையில் சொல்லவும் முடியாமல், மெல்லவும் முடியாமல் பொருமியபடி எத்தனைமுறை என் அறையில் சிறையிருந்திருப்பேன், இருக்க முடியும்?

என் வீட்டில் நானே செல்லாக் காசாக மாறிக்கொண்டிருக்கும் உறுத்தல் தாங்கக் கூடியதாக இல்லை. இவர்கள் இனிமேல் தலையெடுத்து நாலுகாசு தன்னதென்று, சம்பாதிக்கஆரம்பித்து விட்டால் இவர்களையும் கட்டிப் பிடிக்க முடியாது. இவர்கள் தாயாரையும் கட்டிப் பிடிக்க முடியாது.

“சிறுசுகள் கொஞ்சம் அப்பிடியுமிப்பிடியுமாத் தானிருக்கும். நாம்தான் விட்டுக் கொடுத்துண்டு போகணும்.”

“சிறுசுகளாக நாங்கள் இருந்த போது இப்பிடியா இருந்தோம்? இப்போ இவர்களை என்னக் காலை கட்டிப் போட்டு வைத்திருக்கிறது, என்ன தட்டுக் கெட்டுப் போகிறது.”

“உங்கள் காலம் வேறு இந்தக் காலம் வேறு, உங்கள் அம்மா உங்களைத் தனி முன்றானையில் முடிச்சுப்போட்டு வைச்சிருந்த மாதிரி இப்போ முடியுமா?”

பெண்கள் எவ்வளவு யதார்த்த வாதிகள், அந்தந்த நிலைமையின் வார்ப்பிடத்தில் அதற்கேற்றபடி அளவாகி விடுகிறார்கள். அந்த சுலபம் ஏன் நம்மிடத்தில் இல்லை?

இந்த உதவாக்கரை யோசனை அதன் பல்வேறு ரூபங்களில் என்னை முற்றுகையிட்டுக் கொண்டிருக்கையிலேயே, மதுரை எப்போது வந்தது?

வண்டியைத் தள்ளியபடி, தலைமேல் கூடைகளிலும் தோள்மேல் தட்டுகளிலும் சரக்குகளின் அறைகூவலின் இரைச்சல்களின் இடையே உர்ஸின் குரல் என்னைத் தேடி வந்தது. நான் குத்துக்கல்லாய் எதிரே உட்கார்ந்திருக்கிறேன்;

"ஊணு என்னவாச்சு?"

"ஊணா? உனக்கு எப்படிப் பசிக்கலாம்? பசிக்க என்ன நியாயமிருக்கு?"

உலகத்திலேயே பெரிய 'ஜோக்' கைக் கேட்டாற்போல் உர்ஸ் கைகொட்டிச் சிரித்தாள்,

இவளுடைய வேங்கைப்புலி சாப்பாடு கண்டு இவளைப் பிடிக்கவில்லை.

ஒருவர்மேல் பிடித்தம் தோன்றுவதற்கும், விடுவதற்கும் இடைக்கோடு இவ்வளவு மெலிந்த இழையா? அல்ல, இதுவும் என் வயதின் கோளாறா?

மதுரம் அப்பவே சொல்வாள்; "கொட்டடா குடையாடான்னு இருந்த இடத்தைவிட்டு நகராமல் கண்ணை உருட்டி உருட்டிப் பார்த்துண்டு, யார் யார் என்ன என்ன செய்யறான்னு கவனிக்கறதே உங்களுக்குத் தொழிலாப் போச்சு, காலைமாலை காலாற ஹாய்யா நடந்துட்டு வர்றதுதானே! எதையுமே இப்படி காவல் காத்தால் எதுவுமே தாங்காது."

மதுரத்தின் இடி சொல் ஒரு பக்கம் இருக்கட்டும். அதனால், மூளும் கோபம் ஒரு பக்கம் இருக்கட்டும். அவள் சொல்வதில் உண்மை இருக்குமோ? இந்த வயதுக்கே குற்றம் கண்டு பிடிக்கும் சுபாவம் வந்து விடுமோ? பிறகுதான் ஆவதுதான் என்ன? ஊர் திரும்புகையிலே கூடவே குழப்பங்கள் எதிர் கொள்கின்றன. அஞ்சு வருடங்கள் விடு பட்ட மாதிரி இருந்தேன். ஆனால் மாதிரிதான் போலும்.

ஜன்னல் வழி பனி சில்லென்று மோதிற்று. போர்வைக் கடியில் உடல் வெடவெடத்தது. எழுந்து கண்ணாடிக் கதவை இறக்குகிறேன். கூடவே நிலா துணை வந்து கொண்டிருக்கிறது. அதற்குக் குளிர் கிடையாதா? வானத்தை மேகத்தை நக்ஷத்திரக் கூட்டங்களிடையே

என்ன லகுவாய் அலட்சியமாக சவாரி செய்கிறது! சிரிக்கிறது. என் சஞ்சலத்துக்கு சந்திரனே சாக்ஷி.

எதிர் பெஞ்சில் உர்ஸ் நிம்மதியாகத் தூங்கிக் கொண்டிருக்கிறாள். சுருண்டு படுத்துக் கொண்டு நேர்த்தியான விலங்கு. நானும் கண்ணயர்ந்திருக்க வேண்டும்.

“செங்கற்பட்டு! செங்கல்பட்டு!!” ப்ளாட்பாரத்தில் போர்ட்டர்களின் அறை கூவலில் விழித்துக் கொண்டேன். பொல பொலவென பொழுது புலர்ந்திருந்தது.

அப்புறம் தூக்கம் வரவில்லை. ஜன்னலுக்கு வெளியே வண்டியின் இரு மருங்கிலும் பனி நீலம் அடர்ந்து குமைந்து புகைந்து புழுங்கிற்று.

சூரியன் உதித்தபின்னரும் ஆங்காங்கே புல் தரைகளில், குளம் குட்டை ஏரிஜலம் விளிம்பில் குன்றுகளின் சரிவில் தொங்கும் மூடுபனித்திட்டுகளினூடே வெய்யிலின் கிரணங்கள் தூலங்கட்டி வான மாளிகையை ஒளித் தூண்களால் தாங்கும் விந்தையை நான் கண் கொட்டா வியப்பில் அதிசயித்துக் கொண்டிருக்கையிலேயே வண்டித் தொடர் அவுட்டரைத் தாண்டி லயன் மாறி கம்பீரமான கிழட்டு கடையில் மூன்றாவது ப்ளாட்பாரத்துள் நுழைந்து கொண்டிருந்தது.

எந்த ரயில்வே ஸ்டேஷனிலும்–அதிலும் எழும்பூரில் கேட்கவே வேண்டாம்–ஒரு வண்டி புறப்படுமுன்னோ அல்ல வந்து அடைந்த உடனோ காணும் அந்த முகூர்த்தப் பரபரப்பை வெறுமனே பார்த்துக் கொண்டிருப்பதிலேயே ஒரு அலாதிப் பரபரப்பு.

–கூட்டிலிருந்து விழுந்துவிட்ட குருவிக் குஞ்சை எடுத்துக் கொண்டாற்போல உள்ளங்கைமேல் உள்ளங்கை பொத்தி, தன்னுள் தன்னை இறுக்கிப் பிடித்துக்கொண்டு, வழி தப்பி விட்டாற்போல் லேசான திக்ப்ரமையில் வண்டித் தொடரின் வேகத்துக்கு ஏற்ப எங்களைத் தேடும் பிரயாசையில் அப்படியும் இப்படியுமாகத் தலையசைப்புடன்–

வண்டி நின்று இறங்கி, அவள் நகர ஆரம்பிக்குமுன் நாங்கள்தான் அவளை முதலில் அடைந்தோம். நான் என் கைப்பையுடன், உர்ஸ் தன் பெட்டியுடன்.

“மது!”

ரயில் பெட்டிகளின் ஜன்னல்களையே எனக்காகத் துருவிக்கொண்டிருந்த நாட்டம். திடுக்கிட்டுத் திரும்பி நாங்கள்

இருவரும் ஒருவருக்கொருவர் நேர்முகமானதும், கோடுகள் அழிந்து அந்த தரிசனம் அனுபவ பூர்வமின்றி வார்த்தையில் விண்டிடல் அல்ல. அந்த முயற்சியில் கூட ஒரு அபசாரமோ என்னவோ? எனக்கென்னவோ அப்போ அப்படித் தோன்றிற்று. பிரிந்தும் கூடியும், கூடியும் பிரிந்தும், சண்டை போட்டுக் கொண்டும், சமாதனமாகியும், மானங்கெட்டும் எப்படியேனும் எதற்காக வாழ்கிறோம் என்கிற கேள்விக்கு ஒரு துள்ளு மீன் பதில். ஆனால் அந்த மீன் துள்ளு நேரத்துக்குத்தான் அந்த விளக்கம். அந்த வெளிச்சம்–முழுக்கப் புரியமுன்–அது புரிவதற்குமில்லை–மீன் கடலுக்குள் புகுந்தாச்சு. அந்தத் தருணத்தில் எழும்பூர் சந்திப்பின் அந்த நெரிசலில் (என் கணக்கில்) நாங்கள் இருவர் மட்டும்தான். ஒருவருக்கு மற்றவர்–மதுரம் உன்னிடம் இன்னும் 'மாஜிக்' இருக்கு.

அவள் கண்கள் விரிந்தன. முகம் ஒளி கண்டது.

என்னென்னவோ இதுவரை நான் பட்டதெல்லாம் வீண் பயம் என தெரிந்ததும் எவ்வளவு பெரிய சுமையிறக்கம்!

"என்ன? நீயே வந்திருக்கே? என் பிள்ளைகள் எல்லாம் என்னவானார்கள்?

"அவாளவாள் பிஸி–" புன்னகை புரிந்தாள்.

"ஓ, மறந்தேனே, மதுரம் இது உர்ஸ்–இவள்–இவர்கள் வீட்டில்தான் நான் குடியிருக்கிறேன். உர்ஸ் இது மதுரம், இது யார்னு நான் சொல்லத் தேவையில்லை.

கையில் பெட்டிப் பிடியை மாட்டிக் கொண்டபடியே உர்ஸ் கைகூப்பினாள். மதுரம் அவளை அப்படியே ஒரு கையால் அணைத்துக்கொண்டாள்.

"சரி, போவோமா?"

நடந்து வெளி வருகையில், ஓரக் கண்ணால் கவனிக்கிறேன்.

அவள் எங்களை கடத்திச் சென்றது டாக்ஸிக்கு அல்ல. கார் குட்டிதான். ஆனால் தனிக் கார். மதுரம் என்னைப் பார்த்து வெற்றிப் புன்னகை புரிந்தாள். அதான் அவளுடைய ஸஸ்பென்ஸ். பெற்றவள் பெருமை. இருக்க வேண்டியது தானே! ட்ரைவர் எனக்கு ஸெல்யூட் அடித்தான். சீருடையிலிருக்கிறான்.

மூன்று பேரும், பின்னால் நெருக்கிப் பிடித்து உட்கார்ந்து கொண்டோம்.

ஸோ! சியாமா பரமபத படத்தில் பெரிய ஏணியில் ஏறிவிட்டான். ஏற்கனவே எனக்கு சவால் விட்டிருக்கிறான்.

"நான் இந்த வீட்டு சகாப்தத்தையே மாற்றி அமைப்பேன்" என்று.

"சியமந்த் சித்திரை வாக்கில் ஜெர்மணிக்குப் போவான் போலிருக்கு அவன் ஆபீஸில் அனுப்பறா."

"சியமந்தா!" நான் புரியாமல் விழித்தேன்.

அவள் கன்னம் சிவப்பேறிற்று. "அதான் நம்ப சியாமாதான்."

"ஓஹ்ஹோ? ஸஹாப்தம் பேரிலும் நடக்கறாப் போலிருக்கு. ஸாதா ஸாமிநாதன் நான் இங்கிருக்கும்போதே சாமாவாகி, சியாமாக மாறி, இப்போ சியமந்தாக்கும்!"

"சியாமந்துக் கல்யாணம் கூடும்போல இருக்கு!" இப்போ எனக்கு வண்டி எங்கு திரும்பிற்று என்றுகூடத் தெரியவில்லை. ஏதோ ஒரு பாலத்தைக் கடந்துகொண்டிருந்தோம். அடியில் வெள்ளம் வேகமாய்ப் பாய்ந்து கொண்டிருந்தது. "அப்போ உனக்கு உடம்பு ஒன்றுமில்லையா? கலியாணத்துக்கு என்னை வரவழைக்க உன் உடம்பு ஒரு சூழ்ச்சியா?"

"அப்போ எனக்கு உடம்புக்கு ஏதேனும் இருக்கணும்னு ஆசைப்படுகிறீர்கள்?"

"அப்போ உனக்கு உடம்புக்கு ஒண்ணுமில்லையா?"

"உஸ்" அவள் கை, என்மேல் தங்கி அமர்த்திற்று. எனக்குக் குரல் தடித்ததும் உர்ஸ் ஜன்னலுக்கு வெளியே கவனமானாள்.

"இத்தனை நாள் கழித்தும் ரயில்வே ஸ்டேஷனிலிருந்தே நம் குஸ்தி தொடங்கணுமா?"

"நம் வாழ்க்கையே தர்க்கத்தின் தொடர்கதையாக ஆகி விட்டதே."

"அதைத்தான் நானும் கேட்கிறேன். அது என் தலையெழுத்தா?"

"உன் தலையெழுத்தல்ல. உன் தராசின் தடுமாற்றம்!"

"என்னவோ புரியாமல் உங்கள் பாஷையில் பேசுங்கோ?"

என் சிரிப்பு புகைந்தது. "உனக்கா புரியாது? மது, நீ கொஞ்சம்கூட மாறவில்லை."

"ஏன், நீங்கள் உங்கள் பிள்ளை கலியாணத்துக்கு வர மாட்டீர்களா? வரக்கூடாதா?"

"இப்போ எனக்கென்ன தெரியும்? அப்படியே உண்மையை சொல்லி என்னை அழைத்துப் பார்க்கிறதுதானே!"

அவள் தன் தலைமேல் கை வைத்துக் கொண்டாள். "இல்லை சத்யமா எனக்கு உடம்பு சரியில்லை." அவள் கண்கள் துளும்பின. நான் அடங்கிப் போனேன்.

# 9

எனக்கு ஒரு பேத்தி இருக்கிறாள். இருக்கிறாளாம் என்கிற முறையில். அப்பவே அப்படி. இப்போ இன்னும் கேட்க வேண்டாம். வழிகாட்டினமாதிரி நானே இப்பத்தானே வந்திருக்கிறேன்.! எதுவுமே பழங்கதை அல்ல. எல்லாம் அப்பப்போ மூண்டெழும் ஒரே கதைதான். அவிந்த அடுப்பை நம்பாதே. நீர்த்துப்போன சாம்பலுக்குள் ஒரு சுறீல் –ஹும்...

மதுரம் என்னுடைய அளவு தம்ளரில் அதனடியில் ஒரு பாத்திரம் உண்டு. டபராவுமில்லை, பேலாவுமில்லையென்று இடையில் ஒரு உரு. ('உங்களைப்போலவே பிடிபடாமல் ஒரு ஏனம்'–அப்படி என்னை ஏளனம் பண்ணுவதும் வேடிக்கையாக இருந்த அந்நாள்–) ஆவி பறக்க, பொன்னிறத்தில் என் இஷ்டப்படி நுரையிலாது, கசப்பு மட்டும் போகும் சீனி–எனக்குக் காப்பியைக் கண்ட மாதிரியாகவா இருக்கிறது. கண்ணீரே வந்து விடும்போல் அவ்வளவு உணர்ச்சி. முதல் விழுங்கில் நூல் பிடித்த மாதிரி அந்தக் கொதிப்புச் சூடு உள் இறங்குகையில–விழி கருகுகிறது. மதுரம் தீர்க்க சுமங்கலி பவ – ஓஹோ இப்பவும் என்னைத்தான் ஆசிர்வதித்துக் கொள்கிறேனோ?

உர்ஸுக்கு டீ–கண்ணாடி தம்ளரில் தனி, சீப்பிக் குடிக்கிறது. அறிந்துதான் அவளுக்குக் கண்ணாடி தம்ளர் சர்வீஸ்.

'பிரபு எங்கே கண்ணிலேயே படவில்லை?' எனக்குத் திடீரென்று நினைப்பு வந்தது.

"ப்ரபு காம்ப்–"

"வேலைக்கு அப்போ என்னியிலிருந்து?–"

"வேலைக்கு இன்னும் வேளை வரவில்லை" முனகினாள். "ஒரு லைட்ம்யூலிக் குழுவில் கிட்டார், வாசிக்கிறான். நீங்கள் கொங்கணவன் முழி முழிச்சு என்ன பண்றது? எல்லாம் வேளைவரப்போத்தானே? சுந்தர காண்டம் பாராயணம் போன ஞாயிறுதான் பூர்த்தியாச்சு."

"வடைமாலை, பாயசம், வடை பருப்புடன், வெள்ளரிக்காய் மறக்காமல்?"

"ஆமாம் அப்பிடித்தான். உங்கள் கிண்டலெல்லாம் அனுமாரிடம் வெச்சுக்காதேயுங்கள். இனிமேல்தான் அவர் கிருபை தெரியணும்–ஆ வாங்கோ வாங்கோ, இவர்தான் இந்தாத்து மாமா– இவர் பக்கத்துப் ஃப்ளாட்..."

ஆச்சு ஒண்ணு ரெண்டாயும் ஒவ்வொருத்தராயும் பக்கத்து ஃபிளாட், மேல்மாடி, கீழ்மாடி இந்தக் கட்டிடத்திலேயே இருபது குடித்தனங்கள் தேறும். எல்லாரும் பெரிய மனுஷாள் இது போஷ் ஏரியா.

மாமாவைப்பற்றி மாமியிடம் விசாரிக்க வருபவர்களுக்கு காபி வித் பிஸ்கட். என் வயதில் கதாநாயகனாவதற்குக் காணாமல் போவது காட்டிலும் உகந்த வழி எது? அஞ்சு வருடம் அட்ரெஸ்ஸே இல்லாமல் இருந்தவன் ஒண்ணு–காவி உடுத்து மொட்டை சாமியாரா இருக்கணும். அப்படியே வெள்ளை கட்டியிருந்தாலும் சடைமுடி தாடியுடன் இருப்பேன் என்று எதிர் பார்த்தார்களோ என்னவோ? அதுவும் கிடக்கட்டும். பஞ்சலோக விக்ரஹத்தை திருடுவதுதான் நாகரிகம். ஆனால் மூலவரையே பெயர்த்து எடுத்து வந்து விட்ட பூசாரி நான் மாதிரி, என்பக்கத்தில் அசைவற்று நிற்கும் உர்ஸ். வேடிக்கை பார்க்க வந்தவர்களுக்குச் சரியான அவல்.

"ஆண்டிக்கும் பணிவிடைக்கும் ஒரு அடியாள் தேவைதானே!"

"சக்தி உபாசனையாக இருக்குமோ? நேரிடையாகப் பீடத்திலேயே ஏற்றி பூசை செய்யற மாதிரி அப்படி ஒரு வழிபாடு இருக்காமே!"

"–மதுராமாமியை ஒரு ஞானின்னு நான் சொல்வேன். இந்த அக்ரமத்தையெல்லாம் தாங்கிக்க ஒரு மனோபக்குவம் வேண்டாமா?"

எனக்கு மட்டும் அவர்கள் எண்ணங்கள் காது கேட்கின்றன. எனக்கு உள்ளூர உவகை பொங்கிற்று. பேஷ், உர்ஸ்!

ஆனால், உர்ஸ் ஏனோ மக்கு வேஷம் போடுகிறாள்.

வந்தவரெல்லாம் ஒரு வழியாகப் போனபின்னர் எங்கிருந்தோ வருவதுபோல் இளங்சிரிப்புடன் மதுரம் சுறுசுறுப்பாக உள்ளே

வந்தாள். "இந்தப் பொண்ணைக் கவனிக்காமல் நாம்பாட்டுக்குக் கூத்தடிச்சிண்டிருக்கோமே. ஏண்டிம்மா உன் பேர்?"

சிலை உயிர்த்தது. "உர்ஸ்".

"உர்ஸ்? உர்ஸ்...?? ஏதோ சீர்ற மாதிரியில்லே?" இருவரும் சிரித்தனர். "உன்னை ஊர்வசின்னு அழைக்கட்டுமா? அதுவும் புதிசுதான். ஆனால் உனக்கு நன்னாப் பொருந்தும்."

"உங்கள் சந்தோஷம்"–

மதுரம் அவளை அணைத்துக் கொண்டாள்.

"அட, சமத்தாவும் பேசறியே! இன்னி சாயந்திரம் பீச்சுக்குப் போவோமா? உங்கள் ஊரில் பீச்சு இருக்கோ?"

"100, 120 மைல் தாண்டி கோவளம் உண்டு."

"ஓ, மறந்து போச்சு, செம்மீன், ஷூட்டிங்..."

மறுபடியும் ஊர்வசி மதுரத்தின் ஆலிங்கனத்தில் நெரிந்தாள்.

"இந்த ஊர் பீச்சும் பார்க்கவேண்டிய பீச்சுத்தான். பட்டணம் வேறு சுற்றிப் பார்க்க வேண்டாமா?

"இந்த வெள்ளிக்கிழமை பெண் பார்க்க வரா. எங்கள் ஜாதிச் சீமைக்கலியாணம். நீ பார்க்க வேண்டாமா? நல்ல சமயமாத்தான் கூடியிருக்கு."

"ட்ரஸ்?"

மதுரத்தின் பார்வை தன் வினாவை, உர்ஸின் கையில் இன்னும் மாட்டிக்கொண்டிருக்கும் பெட்டிமேல் நிலைத்தது.

சொல்லி வைத்தாற்போல் கேள்விக்குப் பதிலாய். தடாலென்று பெட்டி, மூடியும் அடியுமாய்த் திறந்துகொண்டு முண்டமாகத் தொங்கிற்று. மருந்துக்கு ஒரு பற்பொடிப் பொட்டலம்கூட அதிலிருந்து விழவில்லை. காலி.

எங்களுக்கு வழிந்த அசடை முகத்துக்கு முகம்தான் தெரிந்து கொள்ள முடியும். சிரிப்பலை அடங்கியதும் எனக்குச் சீற்றம் மூண்டது. மதுரத்தின் கண்கள் என்னைக் குற்றஞ் சாட்டின. கேலி செய்தன. உடனே உள்ளுக்கு இழுத்துகொண்டன. உடனே ஒரு கவசப்பனி அவைமேல் படர்ந்தது. இவைக்கெல்லாம் அர்த்தம் என்ன வேணுமானாலும் பண்ணிக்கொள்ளலாம். எல்லோரும் என்னை ஒரு மாதிரியாகப் பார்க்கிறார்கள். 'அட அசடே'யிலிருந்து 'அக்ரமம்! அக்ரமம்!'வரை.

மதுரம்தான் சுருக்க சமாளித்துக் கொண்டுவிட்டாள். "அதனால் என்ன? காட்ரெஜில் என்புடவை ரெண்டு மூணு அதிகமாய்த் தூங்கிண்டுதானேயிருக்கு! இன்னிக்கு சாயந்திரம் கொஞ்சம் ஷாப்பிங் பண்ணினால் போறது. ஊர்வசிக்கு, அலங்காரம் பண்ணிப்பார்க்கணும்னு எனக்கும் ஆசையாயிருக்கு! மறுபடியும் ஆவலோடு அந்தக் கட்டல். பாவம், மதுரம்! சில சமயங்களில் பெரிய கடல்களைக்கூடக் கணப்பொழுதில் தாண்டிவிடும் சக்தி மதுரத்துக்கு உண்டு. என்னைப் பற்றி நான் அப்படி சொல்லிக் கொள்ள முடியாது. அவள் செளகரியத்திலேயே பிறந்து வளர்ந்து அதனாலேயே ஒரு பாரி மனப்பான்மையுடன், காலத்தை இதுகாறும் ஓட்டியும் விட்டாள்.

என்னைப் பற்றி நான் அப்படி சொல்லிக் கொள்ள முடியாதே! இளமையில் வறுமையின் சிறுமனப்பான்மைப் பிசுக்கு இன்னும் விடமாட்டேன்கிறதே!

"சின்னப்பிள்ளை வாரார்!" கட்டியம் கூவிவிட்டு உதவிமாமி சட்டென்று ஜன்னலிலிருந்து பின் வாங்குகிறாள். அவள் முகத்தில் ஒரு கபட்டுச் சிரிப்பு.

படீரென்று கதவு திறந்துகொண்டது. அவன்மேல்கூட, எடுத்தவுடன் என் கண் விழல்லை. பின்னாலேயே ஒரு உயிர் ஸெலுலாயிடு பொம்மை. என் கவனத்தை ஈர்த்துக் கொண்டது.

"ஹல்லே டாடி! ஹௌ டி? மீட்லூ லூ" சப்தித்தான்.

நான் மதுரத்தைப் பார்க்கிறேன். அவள் முகத்தில் ஒரே சமயத்தில் குழுமும் வேதனை, விநயம், குற்றம், செயலாகாத் தன்மை–காண சகிக்கவில்லை. வருகிற வெள்ளிக்கிழமை பெண் பார்க்கும் படலம் என்று சொன்னாயே! அது பஜ்ஜி ஸொஜ்ஜிவரை தானோ? அதை அங்கே போய்த்தின்னால்தான் ஆகுமா? எப்பவுமே அது ஒரு ஃபாஷன். அதையும் கேலிக் கூத்தாக்கிக் கொண்டிருக்கிறது இந்த இளைய தலைமுறை. என்னைப் புரளி செய்வதற்கென்றே மெனக்கெட்டு அழைத்து வந்தார்களா?

எதைக் கண்டும் ஆச்சரியப் படலாகாது. இதுதான் இனி நீ கற்றுக் கொள்ள வேண்டிய பாடம். தேற வேண்டிய சோதனை. கடிதம் போட்டால் வர வேணுமா? வந்தாய், படுகிறாய். படுவதும் உன் குற்றம்தான். இது போன்ற மூக்குடைப்பில்தான் தன் நரம்பு பலத்தை இளைய பாரதம் எங்கள்மேல் பரிசீலித்துக் கொள்கிறது.

"ஹாய்!" மிஸ் லூ லூ கை குலுக்கக் கை நீட்டினாள், நான் கை கூப்பினேன். இந்த அரை அங்குல அரிதாரத்தின் அடியில் உன் முகத்தின் உண்மை உரு என்ன மிஸ் லூ லூ?

அப்புறம்தான் அவன் உர்ஸைப் பார்த்தான்.

"மிஸ் உர்ஸுவவா ஜியார்ஜ்–மிஸ்டர் ஷ்யமந்த்,"

இப்போத்தான் தனக்கு இயல்பான சங்கோசம் பிசிர்களுடன் பழைய சாமா வெளிப்பட்டான்.

உர்ஸ் ஆச்சரியத்துக்குரிய ஆசாமிதான். இது போன்ற பரிசயங்கள் அவளுக்குள் நெடுநாளையப் பழக்கம்போல். முகத்தில் எவ்வித சலனமுமற்ற என்ன அனாயாசம்! அந்தப் புன்னகையில் என்ன தனிக் குளிர்ச்சி! அந்தக் கை கூப்பலில் என்ன ஒப்பற்ற செதுக்கல்! –ஆனால் முகத்தில் லேசாய், வெகு லேசாய், இப்போது ஒரு உன்னிப்பு காண்கிறேன். ஆம்.

மாடிப் படியில் திடுதிடு. கித்தாரை மீட்டிய வண்ணம் ப்ரபு வாசற்படியில் தோன்றுகிறான்.

தன் ப்ரவேசத்தால் எந்த இடத்தையும் மேடையாக்கி விடுவான் எந்தன் ப்ரபு.

என்னைக் கண்டதும்.

"அப்பா!" ஓடோடி வந்து கட்டிக் கொள்கிறான். கித்தார் தோளில், லொடலொடாவென அதன் வாரில் ஊஞ்சலாடுகிறது. சங்கோசமெல்லாம் அவனுக்குக் கிடையாது.

அவனும் நானும், பிள்ளையும் தகப்பனுமாவா பழகினோம்? தோழமையில் எப்படித் திளைத்திருந்தேன் ஒரு காலத்தில்!

"அப்பா என்ன ரொம்ப இளைச்சுப் போயிட்டேளே! கண்தான் வட்டமாயிருக்கு, கார்ட்டுன் பொம்மையாட்டம்! என்னம்மா, உனக்கு அப்பா எப்படித் தெரியறா!"

"நான் சொல்லல்லை. நீ சொல்லிட்டே."

"அப்படியெல்லாம் சொன்னால் உர்ஸ் சங்கடப்படுவாள். எனக்குச் சோறு போடுகிறவள் அவள்தான்."

"உர்ஸ்? ஓ"

அர்ச்சுனன் ஊர்வசியை வணங்குகிறான். "ஸாரி, உங்கள் மனசைப் புன் படுத்திட்டேனோ? மன்னிச்சிடுங்கோ."

அவள் முகம் 'டால்' அடித்தது. "இல்லேங்க, அச்சன்மேல் நீங்கள் வாஞ்சைகாண எனக்குப் பரவசம்–"

(லேசாக மூச்சு தேம்பியதோ? ஏ, உர்ஸ்!)

"நீங்கள் சொல்றேள்–ஆனால் அப்பா இதையெல்லாம் நடிப்பு என்று விடுவார்."

"இது நடிப்பானால் அப்போ நீங்கள் பெரிய களியாட்டம்–ஐ மீன் ஆக்டர்" அவன் சிரித்தான், அரும்பு மீசையில் செவ்வரி பளபளக்கிறது. அவனுக்கு எப்பவுமே கன்னம் குழியும்.

"நீங்கள்தான் சொல்றீங்க. ஒரு சான்ஸ், எக்ஸ்ட்ராவாக்கூடக் கிடைக்க மாட்டேன்குதே!"

"நீங்களுக்குக் கிட்டாமல். வேறு யாருக்குக் கிட்ட நியாயமுண்டு? சௌந்தர்யவான்–"

"அஹ்ஹா, என் கன்னத்தில் சிவப்பு ஏறுகிறதா பாருங்கள்!"

இப்போ அவள்முறை, வெட்கமுற, மற்றவர் இருப்பதையே தான் மறந்து விட்ட உணர்வு தீண்டித் தலை குனிந்தாள். ஆம், இங்கே என்ன நடந்து கொண்டிருக்கிறது?

இத்தனை பேர் நடுவே அவர்கள் இருவருக்கு மட்டும் சொந்தமாய், பிரத்யக்ஷ அந்தர்த்யானத்தில்...

நடுவில்...

சமையலறையிலிருந்து மதுரத்தின் குரல்.

"குளிக்கறவா குளிச்சுட்டு வந்தால் சாப்பாடு ரெடி!"

# 10

**மா**லை மஞ்சள் வெய்யிலின் கதகதப்பில், பால்கனியில் சாய்வு நாற்காலியில் சாய்ந்து கொண்டிருக்கிறேன். உர்ஸைக் கொத்திக் கொண்டு பிள்ளைகள் ஷாப்பிங் போய்விட்டார்கள். ஒத்தாசைக்கு லூ லூ கூட....

எங்கேயோ ஆலயமணி...

அவசரமாக மதுரம் உள்ளிருந்து வந்து பால்கனியில் எனக்கும் கைப்பிடிச் சுவருக்கும் இடையிடுக்கில் நுழைந்து மணியோசை திக்கைப்பார்த்து மற்ற கட்டிடங்களின் மாடிகள் ஆலய கோபுரத்தை மறைத்துவிட்டன. ஒரு கைவிரல் நுனிகளால் கன்னங்களில் மாறி மாறிப் போட்டுக் கொள்கிறாள்.

"மதுரம், லூ லூன்னா என்ன பெயர்?"

புன்னகை பூத்தாள்."நானும் முதலில் திணறித்தான் போனான். வெச்சபேர் லலிதா. லலியாக் குறுகி அப்புறம் லல்லி லில்லி, அப்புறம் லூ லூ சூரபத்மன் தலை மாதிரி" வாய்விட்டுச் சிரித்தாள். "அப்பாவின் பதவி உயர்வுக்கு ஏத்தபடி புழக்க வட்டம் மாற மாற பேச்சு, உடை பேர் திரியக் கேட்பானேன்? ஸ்லாக்கும், ஜீன்ஸும் உடுத்துண்டு என் பேர் லலிதான்னா என்ன பொருத்தம் இருக்கு. நானே கேட்கறேன்? லூ லூ இது எப்படியிருக்கு? பேரில் என்ன இருக்கு? எதில்தான் என்ன இருக்கு? எனக்குத் தலை சுத்தறது–

"இப்போ நான் கேட்டதனால் புதுசாவா? மதுரம் அந்த சம்பந்தம் நீ பிடித்ததா? உனக்குச் சம்மதமா?"

"நானா, எனக்கும் இதுக்கும் எந்த சம்பந்தமும் கிடையாது, உங்கள் சம்மதத்தையும் என் சம்மதத்தையும் யார் கேட்கறா?"

"உன் பிள்ளைகளை நீ தலையில் வெச்சுண்டு கரகம் ஆடினதெல்லாம் போச்சா?"

"கரகம் தூக்க வேண்டியதுக்குத் தூக்க வேண்டியதுதான்."

"மதுரம் இது எங்கே போய் நிற்கும்?"

"அதான் கலியாணத்தில் வந்து நிக்கிறதே! இன்னும் எங்கே போய் நிற்கணும்?"

"அதில்லை மது! மஞ்சள் கயிறுக்கு மிச்சம் ஏதேனும் விட்டு வெச்சிருக்குமா?"

"யார் கண்டது? யார் கேட்பது? யாருக்கென்ன அக்கறை? பிள்ளைக்கு நீங்கள் பூணூல் போட்டேளா, அவன் கட்டப்போறத் தாலியைப்பற்றி இப்போ கவலைப் பட?"

"அப்போ உன் அபிப்பிராயத்தில் மஞ்சள் கயிறும் பூணூலும் ஒரே எடையா?"

"இது பற்றி நாம் ஏன் சண்டை போடணும்" மதுரம் எரிந்து விழுந்தாள். "இதுதான் வீட்டுக்குள்ளேயே ஊர் வம்பு என்கிறது. நல்லதோ பொல்லாதோ பாவ புண்ணியம் பார்க்கிறது அவர்கள் பாடு!"

"மதுரம் நாம் கொஞ்சம்கூட மாறவில்லை. தர்க்கத்தில் நீதான் ஜயிக்கணும்னா இப்பவே சொல்லிடு, பின் வாங்கிடறேன். எனக்குப் பழைய தெம்பு இல்லை. என்னை எதற்கு வரவழைத்தாய் என்று உனக்கே தெரியாவிட்டால் நான் என்ன செய்ய முடியும்!"

மதுரம் ஏதோ சொல்ல வாயெடுத்தாள். டாங்கென்று இனிப்பாய் அழைப்புமணி ஒலித்தது. கதவைத் திறக்கச்சென்றாள்.

சிரித்துக்கொண்டே ஸேது வந்தான். அப்பா என்று அழைக்க அவனக்குப் பேச்சு வந்த நாளிலிருந்தே லஜ்ஜை. எல்லாவற்றிற்கும் அவனுடைய இளிப்பு ஈடுசெய்துவிடும். அந்த லஜ்ஜை இளிப்புத்தான் ஸேதுவின் சிறப்பு. சற்றுப் பெரிதானாலும் ஒழுங்கான பல்வரிசை.

என் கையில் ஆப்பிளைக் கொடுத்து அவன் நமஸ்கரிக்கையில் தொப்பைமேல் உடல் நின்றது.

"என்ன ப்ரதர்! ரொம்ப கனவானாயிட்டே! இந்த வயசிலேயே இந்த வெயிட் நீ உஷாராயிருக்கணும்."

"சுபாவத்திலேயே அவன் கூஷ்ப் பாண்ட சரீரம்தானே!"

மதுரம் இடைமறித்தாள்.

"உன் பிள்ளையை ஒண்ணும் சொல்லிடல்லே, அவன் நல்லதுக்குத்தான் சொல்றேன்."

"நீங்கள் நம்பமாட்டேள். இப்போல்லாம் நான் டிபனே சாப்பிடறதில்லே."

"என்ன 'ஷாக்' கொடுக்கிறே. அடை என்றால் உனக்கு உசிராச்சே மாஸக்கடைசிகூட பார்க்காமல் உன் தாயார் நனைச்சுடுவாளே!"

"என் பிள்ளைக்கு மட்டும் பண்ணினேனா? எல்லாரும் தின்பதிலும் குறைச்சலில்லை தூத்தறதலேயும் குறைச்சலில்லை."

"நல்ல கதையாயிருக்கே! பண்ணினால் எல்லோரும் தினகிறோம்."

"நீங்கள் பாட்டுக்கு சொல்லிக்காட்டிண்டேயிருங்கோ, எனக்கு இன்னும் நாலு வயசு போகட்டும். குடும்ப நிர்வாகம் இனிமேல் புதுசா உங்ககிட்ட கத்துக்கறேன்."

"என்னமோ செய்வது? நானோ இளமையில் வறுமை, சிதைவரை அல்பபுத்தி எங்கே விடும்? உங்களுக்கு கொப்புளிக்கப் பன்னீர். என்னால் முடியாததால்தானே வீட்டை வீட்டே ஓடி விட்டேன்!"

மூவரும் சற்று நேரம் வாளாவிருந்தோம். பிறகு ஸேது, "அந்தக் காலமெல்லாம் மலையேறிப் போச்சு. ஒரு நாள் சாப்பாட்டுக்கே தகறார், டிபனுக்கு ஏது வழி? அவளுக்கு சமைக்க நேரமில்லை. ஆபீஸிலிருந்து திரும்பற வேளைக்கு இரண்டுபேரும் அடிச்சுப் போட்ட மாதிரி ஆயிடறோம். அடுத்த நாள் அடிச்சுப் பிடிச்சுண்டு ஓடறோம். இப்படியே பிழைப்பு ஆயிடுத்து."

"முடியல்லேன்னா ராஜி வேலைக்கு முழுக்கும் போட்டுவிட வேண்டியதுதானே!"

"அதெல்லாம் நடக்கற காரியமில்லேப்பா. எங்கள் தேவைகளும், விலைவாசிகளும், வாழ்க்கை முறையும் அதற்கு இடம் கொடுக்கல்லே. அவளும் ருசி கண்ட பூனை ஆகிவிட்டாள்."

மறுபடியும் அவரவர் புழுக்கத்தில் அவரவர் மௌனத்தின் தேக்கம்.

"ஸேது, இன்னிக்கு உனக்கு பிடிச்ச சமையல், ராத்திரி தங்கிச் சாப்பிட்டு விட்டுப் போயேன்!"

ஸேதுவின் மூக்கு நுனி விடய்த்தது.

“சேப்பங்கிழங்கு ரோஸ்ட்”

ஸேதுவின் முகம் தத்தளித்தது. “நேரமில்லை. கிளம்பணும். ருட் 37–ஐ விட்டேன்னா அடுத்தது ஒரு மணி பொறுத்து, அதுவும் நிச்சயமில்லை.”

“என்ன வராப்போல வந்தே. நீ வந்தது உண்மையில்லை, போவதுதான் உறுதியா நடந்துக்கறே!”

“அதுதான் வாழ்க்கை!” புன்னகை புரிந்தபடி கைக்கடிகாரத்தைப் பார்த்துக் கொண்டான்–புன்னகையாவது? விசனத்தின் மறுபக்கம் திருப்பிப் போடாமலே முறுக்கிறது.

திமி திமியென்று மாடிப்படியில் மிதியடிகளின் ஓசை.

‘டாங்! டாங்’! டாங்!!! மணி அலறிற்று. மதுரம் கதவை முழுக்கத் திறப்பதற்குள் அலைமோதிற்று. சந்தைக்கடை இரைச்சல். இரைச்சலில்தான் இதே தலைமுறை ஒளிந்து கொள்கிறது. கூடவே ஒவ்வாத அங்க சேஷ்டைகள்.

உர்ஸ்! உர்ஸ்தானா? உர்ஸ் தகதகத்தாள். வெள்ளைச் சந்தனக்கலா புடவை மின்சார ஒளியில், யதேச்சையான உடல் அசைவுகளில் அதுவும் நளின நீலம் காட்டுகிறது. இன்னொரு அசப்பில் வெள்ளையுடன் கலந்த லேசு ரோஜா. அங்கும் இங்குமாய் மின்மினித் தெளிப்புகள் பொரிகின்றன. ஏதோ கெலிடாஸ்கோப் ஜாலக்.

“பேஷ்! உன்னுடைய தேர்வா? லலித்.”

“நோ... நோ... டாடி மிஸ்டர் ப்ரபு.”

மார்மேல் கைக்கட்டலுடன் ப்ரபு உர்ஸை சிந்தித்துக் கொண்டு நடுக் கூடத்தில் நிற்கிறான். அவனுடைய தோரணையான அந்த அமைதியின் அடியில் ஏதோ சிறகுகளின் படபடப்பு சிலிர்த்தது.

அதேசமயத்தில் அந்தப் புது விழிப்பால் ஒரு திகைப்பு. உளி வடித்த புத்துருவின் உக்கிரம்.

அரிவாளின் விச்சுப்போல் நடுவகிடினின்று கூந்தல் இருசரேல் வீழ்ச்சிகளாய்ப் பிரிந்து சரிந்து பின்னுக்கு ஓடிச்சேர்ந்து தடித்த பின்னலில் முடைந்துகொண்டன. அதில் ஒரு தாழம்பூ மடல் கத்திபோல் சொருகிக் கொண்டிருந்தது.

சமையலறையிலிருந்து மதுரம் விரைந்து வந்து உர்ஸை நெற்றியில் தொட்டுச் சட்டென்று அணைத்துக் கொண்டாள். பிரிந்து அவள் தோள்களைப் பற்றித் தன் எதிரே நிறுத்தினாள். உர்ஸின் புருவ

மத்தியில் இப்போது குங்குமம் திகழ்ந்தது. மின்சார விளக்கில் திடீரென்று லோடு ஏறினாற்போல் ஒரு புதுப் பரிணாமத்தில் பிதுங்கினாள். நெற்றியில் திடுக்கென உதயமான அந்த செஞ்சுடர் வட்டத்துடன் அந்த மேனிக் கறுப்பு. இந்த ப்ரமை தட்ட, கூட்டு சேர்ந்துகொண்டது.

அமானுஷ்யை

கன்யாகுமரி

தாக்ஷாயணி

தடாதகை

திரௌபதி

நம்பினோர்க்கு அவரவர் நம்பிக்கையாகவும் நம்பார்க்குக் கேட்கக் கேட்க வற்றாத கதையம்சமாகவும்...

எல்லாமே கண்டவரின் மனநிலையென ஞான, விஞ்ஞான விளக்கங்கள் அல்லது பின்னால் காலகதியில் காணும் தெளிவு எல்லாம் கண்டதைக் கண்ட பின்னர்தான். மைல்கற்கள் எல்லாம் பின்னால் நடுபவைதான். ஆனால் இந்த ரஸவாதம் முன்பின் அறிகுறியின்றி நிகழ்ந்தது நிகழ்ந்ததுதான். இதற்கு எங்களனைவர்க்கும் நேர்ந்த வாயடைப்பே சாந்தி.

"ஐ ஸே; ஸி லுக்ஸ் கிரேட்–" யார் சாமாவா?

மந்திரம் கலைந்தது.

எல்லோரும் ஒரு பந்தியாக உட்கார்ந்தோம். மதுரம் பரிமாறினாள். "எத்தனை நாளாச்சு! எல்லோரும் ஒரு குடும்பமா–ஸேதுகூட இன்னிக்கு சேர்ந்துண்டிருக்கான். நேரமிருந்தால் பாயஸம் வைக்கலாம். முன் கலத்துக்கு சர்க்கரை வெச்சேனும் மகிழ்ந்திருக்கறேன். எப்பவும் நாம் இப்படி இருக்க மாட்டோமா!" அவளக்கு தொண்டையை அடைத்தது.

சாமா, லூ லூ

ஸேது, நான்

எனக்கடுத்து ப்ரபு

ப்ரபு பக்கத்தில் உர்ஸ் தானே வந்து உட்கார்ந்து விட்டாள்.

கறியைச் சுவைத்து விட்டு இடது செவியைப் பொத்திக் கொண்டாள். கறியும் உணக்கைதான்.

"நெய் விடட்டுமா?"

சுட்டு விரலுக்கும் கட்டை விரலுக்குமிடையே ஒரு தானை இடுக்கிக் கொண்டு மேல் காரப்பூச்சை உர்ஸ் வழித்துக் கொண்டிருக்கையில் அந்தக் கிழங்கு திடீரென அவள் பிடியினின்று வழுக்கிக் கவண்போல் புறப்பட்டு ப்ரபுவின் கலத்தில் 'சொதக்'கென்று விழுந்தது. ப்ரபு சடக்கென்று அதையெடுத்து விழுங்கி விட்டான்.

ஒரே உருட்டுச் சிரிப்பு. என்னையும் மதுரத்தையும் தவிர, ஒருவரையொருவர் பார்த்துக் கொண்டு திருதிருவென்று விழிக்கிறோம். எங்களால் வேறு என்ன செய்ய முடியும்?

எச்சில் எச்சில் என்பீர் ஏதும் கெட்டமானிடரே-

உங்கள் அருவருப்புக்களே பாசாங்குகள்.

பெரியவர்களின் அகந்தைகள் என்று இளைய தலைமுறை நிரூபனை செய்ய ஆரம்பித்து விட்டால் எங்கள் மானம் எங்கே போகிறது? வயது ஏற ஏற, சொல் தாங்குவது கஷ்டமாயிருக்கிறது.

* * *

கரை மறைந்த அசதிக் கடல்.

இன்று வானத்தில் அலாதி தெளிவு, மத்தாப்பு கொள்ளையாக கொட்டியிருக்கிறது.

உண்ட சுகம் கண்ட

இன்ப அசதிக் கடல்.

இந்த சமயத்துக்கு எனக்கு பூமியில் யாரும் எதுவும் பகை கிடையாது.

அரைக்கண் செருகலுல் வான விளிம்புக்கே மிதந்து செல்கிறேன்.

கூரைப் புடவையையும் தூலியையும் தாங்கி ஆசிக்கும் சபையோ?

# 11

கூடத்தில் ரகளை தாங்க முடியவில்லை. ரேடியோகிராமை முழுசத்தத்துக்குத் திருப்பியாச்சு. “ஸாச்மோ” அவன் எட்டிப் பிடிக்கும் ஸ்தாயிகள் உண்மையாகவே பயமாயிருக்கின்றன. கூடவே ப்ரபு கிதாரில் சமாளித்துப் பார்க்கிறான். ஒவ்வாத போட்டியென்று அவனே அறிவான். லூ லுவும், சாமாவும் தனித்தனியாக ஆடுகிறார்கள். எனக்காகப் பார்க்கிறார்கள். (கொஞ்சம் இடது கண், வலது கண்) இல்லாவிடில் கட்டிப்பிடித்துக் கொண்டு ஆடுவார்கள் என்றே தோன்றுகிறது. அடே, பாஸின் பெண்ணை காக்கைப் பிடிக்க வேண்டுமென்றால், உன் கதி இப்படியும் ஆகணுமா?

மதுரம் அடுப்பங்கரையில் ஒழித்துப் போட்டு அலம்பிவிடும் காரியத்தில் இருக்கிறாள்.

‘திக்குத் தெரியாமல்–இல்லை, திக்கில் அக்கறையிலாது சலனம் மட்டும்தான் எங்கள் தத்துவம், தரம், எல்லாமே’ என்று அவன் தலைமுறையின் சின்னமாய் அவனை இப்படிப் பார்க்கையில் எனக்குத் தோன்றுகிறது.

உர்ஸ்–இந்தப் புயலின் மத்தி அமைதியில் அமர்ந்து விழி கொட்டாமல் பார்த்துக் கொண்டிருக்கிறாள்.

கொஞ்ச நேரத்துக்குப் பின் எனக்குத் தாங்க முடியவில்லை. மண்டையுள் ஏதேதோ முள்சக்கரங்கள் சுற்ற ஆரம்பித்து விட்டன. விரைந்து எழுந்து வீட்டின் மூன்று அறைகளில் ஒன்றில் தஞ்சம் புகுந்து விட்டேன். முன்னாலேயே விளக்கு எரிந்து கொண்டிருந்தது. விளக்கை அணைப்பது, வேணும் போது போடுவது. எலெக்ட்ரிக் பில்பற்றி பிள்ளைகளுக்கு என்றுமே கவலை கிடையாது.

ஒரு மூலையில் இரண்டு, மூன்று கிதார்கள், ஒரு ஆர்மோனியம், ஒரு மூலையில் தம்பூரா (எதற்கு?) மேசைமேல் அலங்காரமான அலங்கோலத்தில் புத்தகங்கள்–ஐந்தாறு ஜேம்ஸ் ஹாட்லி சேஸ், ஒரு கலில் கிப்ரான் (?) ஒரு ப்ரெஞ்ச் இலக்கணப் புத்தகம் (?) நாலைந்து பால்பாயின்ட் பேனாக்கள், ஒரு கறுப்பு மசிக்கூடு, கோல்டுஃபிளேக் சிகரெட்பெட்டி, மேசைமேலே இரண்டு மூன்று சிகரெட்டுகள் அலக்ஷியமாகச் சிதறியிருக்கின்றன– 'லக்மே' கூந்தல் தைலம், இரண்டு, மூன்று 'லோஷன்' பாட்டில்கள், இரண்டு, மூன்று நோட் புத்தகங்கள், ஒரு 'போட்டோ' ஆல்பம், இத்யாதி, இத்யாதி.

திடீரென ஒரு அசதி; சுவரோரமாக விரித்திருந்த பிரம்புப் பாயில், சுவரில் சாய்ந்தபடி சரிந்தேன்.

காசிக்குப் போகும் பிராம்மணனக்குத் திண்ணையில் சொம்பைப் பற்றிக்கவலை ஏன்? இதையெல்லாம் பார்ப்பதால்தானே பரிதவிப்பு?

பார், ஆனால் பட்டுக் கொள்ளாதே. படிப்பதைக் கடைப்பிடிப்பது சுலபமாயிருக்கா என்ன? வயது போதாதென்று ஜன்மங்களாக அதற்குத்தானே கொடுத்திருக்கிறது!

கீதை படிக்காமலே பையன்களும் தங்கள் நடத்தையில் அதைத்தான் போதித்துக் காட்டுகிறார்கள்.

"கண்ணை மூடிக் கொள்வது ஒரு பயங்கொள்ளித்தனம், ஆகையால் காணத்தான் வேணும். ஆனால் கவனிக்காதீர்கள். கவனித்தால் கஷ்டப்படுவது நீங்கள்தான். பரிதாப நரம்பு என்பதே எங்களில் இல்லை. முதலில் முளைத்திருந்தால்தானே வளர?"

எதிரே சுவரில் ஒரு காலண்டரிலிருந்து ஒரு புலி–ஒரு கவுதாரியைக் கவ்வியபடி என்னைப் பார்த்துக் கொண்டிருக்கிறது; எத்தனை நாழியாக? இந்தக் காலண்டரை எங்கு பிடித்தான்? இதற்காகத்தான் பிடித்தானா? புலிப் பசிக்கு கவுதாரி கடைவாய் காணுமா?

"ஆனால் இப்போ இததான். இவ்வளவுதான் தினே தினே மானும், வரிக்குதிரையும் கிடைத்துக் கொண்டிருந்தால் சம்மதந்தான். ஏன் நீயே கிடைத்தாலும் எலும்பும் தோலுமானாலும் கிடைத்தவரை லாபம். வெறும் வாயை மென்று கொண்டிருக்கும் இந்நாளில், தேடும் இரையைத் தேர்ந்து எடுக்க முடியுமா என்ன? புலி பசித்தாலும் புல்லைத் தின்னாததெல்லாம் அந்தக்காலம் தம்பி அல்லது அண்ணா அல்லது தாத்தா அல்லது கிழவா."

ஆளரவம் கேட்டு நிமிர்ந்தேன். ப்ரபு அவசரமாக உள்ளே வந்தான். என்னைக் கண்டதும் ஒரு கணத்தயக்கம். மேசைமேல் கண்களில்

மின்னோட்டம். என் வேவு எந்த மட்டும் என்று அவன் வேவு. இதெல்லாம் வேணுமேன்றே அல்ல. கணநேரம் பெரு நேரம். மின் நேரம். அதுவும் அதிகம். (ஓ! விட்டுத்தொலை...) நேரே என்னிடம் வந்து என் மாதிரியே சுவர்மேல் சாய்ந்து அமர்ந்தான்.

"உஸ்!"–ஒரு 'தம்'முக்கு வந்திருப்பான், (வந்திருப்பான் என்ன? எனக்கு அவன் கொடுத்திருக்கும் இந்த மரியாதையை நான் மறுப்பானேன்!)

"என்ன ப்ரபு. வந்து ஓஞ்சு உட்கார்ந்திட்டே! கச்சேரி ஒரு வழியா ஓஞ்சுதா?"

"இல்லையே நடந்துண்டிருக்கே!"

"ஏன், நீ சேர்ந்துக்கல்லியா?"

கையை வெறுப்பில் உதறினான். "படுபோர்!"

"நீ ஆடின சாமியாட்டத்தைப் பார்த்தால் இரண்டறக் கலந்திருந்தையே!"

"எல்லாம் 'டுப்' அப்பா! இந்த மியூஸிக்கின் ஜீவநாடியே பாசாங்குதான்."

"புரியல்லே"

"எல்லாம் முடுக்கிவிட்ட கோரணிகள். மேனாட்டில் செய்கிறான்கள். கோட்டையும் சூட்டையும் மாட்டிண்டு இந்த ஆட்டமும் பாட்டமும், அவர்களைப் பார்த்து நாம் காப்பியடிக்கிறோம்."

காதில் வாங்கிக் கொள்ளாமலே, "அவர்கள் செய்வதே பொய், அதனால் நாம் பொய்யிலும் பொய்."

"அப்போ எது நிஜம்?"

"இதன் அயன், ஆப்பிரிக்காவின் காடுகளில் அவர்களுடைய தாரை, தமுக்கு தப்பட்டைகளுடன், தோலையும் எலும்பு மாலையையும் மண்டையோடுகளையும் மாட்டிக் கொண்டு, மாட்டிக்கொண்ட நரபலியைக் கட்டிப் போட்டு அதைச்சுற்றி நீக்ரோ ஆடுகிறானே, அல்லது ஆடினானே, அல்லது இன்னும் நம் நாகரிகங்களின் அடிச்சுவடு படாத இடங்களில் அவன் பண்புகள், நம்பிக்கைகள் கலப்படமாகாமல் எங்கோ ஆடிக் கொண்டிருக்கிறானே–அது அசல். நான் சொல்வதை அல்ல சொல்ல முயல்வதை நம்மவன் எவன் பார்த்திருக்கிறான்? பார்த்தவன் மீள்வானா? எல்லாம் அனுமானாத்தோடு சரி. அதிலும் இது எத்தனாவது வண்டலோ?

என்னவோ அவலை நினைத்துக் கொண்டு உரலை இடிக்கிறோம். விட்டுத் தள்ளுங்கோ அப்பா! வேறேதேனும் பேசுவோம்..."

"நான் வந்து உங்களுடன் ஒழுங்காகப் பேசக்கூட இல்லை," அவன் கண்கள் என்னத்தையோ தேடி அலைந்தன. எனக்கு அடக்க முடிய வில்லை. "எனக்காகப் பார்க்கவேண்டாம் ப்ரபு" என்றேன்.

புன்னகை பூத்தான். "அதான் பார்த்தேன், இன்னும் வரல்லியேன்னு. எனக்குப் பழக்கம் கிடையாது. உங்களுக்கேத் தெரியும்."

"அப்புறம் அஞ்சு வருஷம் ஆச்சு அப்பா! இப்போ இருக்கக்கூடாதா?"

"மறுபடியே விட்ட இடத்திலிருந்து அதே தப்பைத்தான் தொடர்கிறோம்."

"அப்போ" என் கண்கள் வினாவில் மேசைமேல்–சிதறியிருக்கும்–? தொட்டன.

"அது எனக்குமல்ல, என்னுடையதுமல்ல எனக்கெங்கே கட்டுபடியாகும்? நானே நாயுண்ணி மாதிரி என் தம்பியை ஒட்டிக் கொண்டு அவன் ரத்தத்தை உறிஞ்சிக் கொண்டிருக்கிறேன். இது இங்கே ஒத்திகைக்குச் சில சமயங்கள் வந்து ஊதிவிட்டு இங்கேயே மிச்சத்தை உதறி விட்டுப் போகிறான்களே ஒண்ணுரெண்டு மைனர்கள், கோஷ்டி சகாக்கள், அவர்களுடைய ப்ரசாதம்! இதுவும் நான் சொல்வதுதான். நீங்கள் ஏற்றுக் கொண்டால் உண்டு. இல்லையேல், அப்பவும் சந்தேகம் உங்களுடையது. உண்மை என்னுடையது, அவ்வளவுதான்."

அதே வக்கிரஸ்வர, நாடக பாணி, புது 'டிஷ்' பேச்சுத்தான். புன்னகை புரிந்தேன்.

"ரத்தத்தில் ஊறிப்போச்சு!"

"சொல்திறன் எல்லாம் முன்னேறிப் போச்சு அல்லவா?"

"சிந்தனைத்திறனை ஏன் விட்டு விட்டீர்கள்?"

"ஹும்... சிந்தனையும்தான்! உணர்ச்சியில் நாணயம், இதயத்தில் ஈரம்–அதெல்லாம் வறண்டு போச்சு."

"நீங்கள் அப்படி நினைத்துக் கொண்டிருக்கிறீர்கள். வாழ்க்கையின் போக்கில் ஒரு எதிரோட்டம், ஒரு சுழிப்பு, பெரியவர்களுக்குப் பொறுக்காது–"

"உனக்குச் சரியாக இருக்கலாம் நீ சொல்வது. சரிதப்புகளின் பங்குகளை நீ வகுத்துக் கொண்டிருக்கிறபடி!–"

“சந்தேகமில்லாமல் சில சமயங்களில் கயிற்றை நீளமாக்கி மேய விடுகிறீர்கள், அவ்வளவுதானே! கன்றுகுட்டி கயிறு மறந்து தடுக்கித் தடாலென்று விழுந்தால்–விழணும்–அப்பவே சொன்னேன் கேட்டையா என்று நீங்கள் கொக்கரிக்கணும். அதானே? பெரியவர்கள். எங்களை எங்களுக்காகவே எங்கே செய்லபட விடுகிறீர்கள்?”

“சமுதாயத்தின் கட்டுக்கோப்பு, கட்டிடமே ஒரு கட்டுப்பாடுதானே தம்பி! இல்லாவிட்டால் எங்கும் விலங்கின் ஆட்சிதான். ஏன் சாவே உனக்கு ஒரு கட்டுத்தறியாகப் படவில்லையா? நினைத்ததெல்லாம் சாதித்துவிட முடிகிறதா? சமுதாயத்தின் விளைவு நாம், சமுதாயத்தில் வாழ்கிறோம். தொடர்ந்து வாழ்கிறோம். அகையால் அதன் விதிகளுக்கு நாம் கட்டுப்பட்டுத்தான் ஆகவேண்டும். அதற்குச் சேர வேண்டிய கப்பத்தை செலுத்தித்தான் ஆக வேண்டும். இல்லாவிடில் அது உன்னைச் சிலுவையில் அறைந்துவிடும். ப்ரபு, உன் பாடங்களை இந்த ஐந்து வருடங்களில் கற்றுக்கொண்டிருப்பாய் என்று நினைத்தேன். ஆனால், நீ கொஞ்சம்கூட மாறவில்லை. ஏன்? யாருமே திருந்தவில்லை.”

“அப்போ, அஞ்ஞாதவாசத்தில் திடீரென்று மறைந்தீர்களே, நீங்கள் மாறியிருக்கிறீர்களா? திருந்தியிருக்கிறீர்களா? என்று பிள்ளை அப்பனைக் கேட்டால் மரியாதைக் குறைவு. அப்பன் பிள்ளையைக் கேட்டால் புத்திமதி. இதுவே ஒரு பங்கீடு, சமுதாயத்தின் பங்கீடு அல்லவா? நாங்கள் திருந்த வேண்டும் என்கிற எண்ணத்திலா எங்களை விட்டுப் போனீர்கள்?”

“உங்கள் நடைமுறை, வீட்டுக்குள்ளேயே அட்டஹாஸம், போக்கின் வேதனை பொறுக்க முடியாமல் ஓடிப்போனேன் என்றே சொல்கிறேன். நீங்களே உங்கள் நிலைமையுணர்ந்து திருத்திக் கொள்வீர்கள் என்று நினைத்தேன். நான் எதைச் சொன்னாலும் உங்களுக்கு மூக்கணாங்கயிறாயிருக்கிறதே!”

“ஆமாம், திருந்துவதென்றால் நாங்கள் உங்கள் வழிக்கு வந்துவிட வேண்டும் அதானே!”

“அப்படி என்ன அப்பா, நாங்கள் காட்டும் வழி அவ்வளவு பொல்லாத வழி?”

“ட்ராக்கை மாற்றாதேயுங்கள் அப்பா! அப்போ எங்களுக்கு எங்கள் வழியென்று கிடையாதா? முள்ளும் புதரும் ஆனாலும்; நீங்கள் வகுத்தது, அது ஒத்தையடிப் பாதையோ, ராஜ பாட்டையோ, அதுதானா எங்கள் விதி? அப்பா, உலகம் ஏற்கெனவே போட்டிருக்கும்

ராஜ பாட்டையை மிதிப்பவர்களுக்கு அல்ல. கல்லும், மண்ணும், பள்ளங்களும், பறிக்காத குழிகளும் பறித்த குழிகளும்...”

என் தலையை இறுகப் பிடித்துக் கொண்டேன், இவன் என்ன உளறிக் கொண்டே போகிறான்? உருவக பாஷையில் ஊரை ஏமாற்றிக் கொண்டு. தன்னையும் ஏமாற்றிக் கொண்டு—இதுதான் ப்ரபு. உழைப்புக்கு உடம்பு வணங்காமல், வெட்டிப் பேச்சே பிழைப்பு என்று சித்தாந்தத்துக்கு வந்து விட்ட ப்ரபு. வாயில் வந்ததெல்லாம் இவர்களுக்கு பொன்னான வார்த்தை; மூதாதையர்களும் முன்னோடிகளும் இவர்களுக்கு மடையர்கள். இவர்கள்தான் புது ஞான ஜோதிகள்.

நான் பேசவில்லை. தட்டாமாலைத் தாமரைப்பூ, சுத்திச் சுண்ணாம்பு வந்தாச்சு. என் மானம், கௌரவம், உறவு, எல்லாமே ப்ளாட் பாரத்துக்கு.

“அப்பா இப்படியெல்லாம் எனக்குத் தோணுவதே உங்களுக்குப் பிடிக்க வில்லை. எனக்குத் தெரியும். இத்தனை நேரம் நாம் பேசினது அத்தனையும் பழைய பாடம், அலுத்துப்போன பாடம், உளுத்துப்போன லெக்சர், லெக்சர், லெக்சர்! என்னைச் சொல்கிறீர்கள், நீங்களும் அதே, அப்போ போட்ட கிராமப்போன் பிளேட்டைத்தான் வாசிக்கிறீர்கள். அப்பா நான் நினைக்கிறேன், இல்லை எனக்கு அப்படித் தோணறது. நாம்—இல்லை மனிதன், சொன்னதையே சொல்லி, எண்ணி எண்ணி, மிதித்ததையே மிதித்துக் கொண்டு, தன்பாதத்தையே பள்ளமாக்கிக் கொண்டு, அந்தப் பள்ளத்தினுள்ளேயே சுற்றிச் சுற்றிக் கொண்டு வரும் நிலைமாற வேண்டும். அவன் கால்கள் அரித்த பள்ளத்தின் பக்கவாட்டுகள் மதில்களாக அவனைச் சிறை வைத்து விட்டன. அந்த மதில்களைத் தகர்த்தெறிய வேண்டும். அதற்கு நீங்கள் பெரியவர்கள் எங்களுக்கு என்ன உதவி செய்யப் போகிறீர்கள்?”

எனக்கு தலை சுற்றுகிறது. இவன் என்னை என்ன வசூல் கேட்கிறான்?

“ப்ரபூ, இந்தச் சக்கர வட்டப்பேச்செல்லாம் விட்டுத் தள்ளு. உன்னுடைய அசல் ப்ரச்னைதான் என்ன?”

“அதுவே எங்களுக்குத் தெரிந்தால்தானே! ஒண்ணு தெரிகிறது. எங்கு நான் ஓடினாலும் ஓட்டத்தின் முடிவில், எனக்கு முன்னால் நான் எனக்காகக் காத்திருக்கிறேன். இதற்கு விமோசனம் என்ன?

“ப்ரபூ, ப்ரபூ, ப்–ர–பூ–ஊ ஊ ஊ!”

“கம்மிங் லீ...லீ...”

என் கைவிரல்களை ஒருதரம் அமுக்கிவிட்டு, என் தைரியத்துக்கு வெளியே சென்றான்.

அப்போ இதுதான் உன் விமோசனம். மத்யான வாய்க்காலில், உண்டையும் உருளையுமாக, வாலும் நீளமுமாக நீரோட்டம் செல்லும் வழியில் மிதந்து செல்லும் மத்தியானப்பாசி. ஆனால் பேச்சென்னவோ எதிர் நீச்சலைப் பற்றி; இவர்களுக்கு மிதக்குமிடம் பாற்கடல். ஒதுங்கியவிடம் உத்தியானவனம். மரத்தடியில் மல்லாந்து படுத்துக் கொண்டு வானத்தைநோக்கி எச்சில் உமிழ்வார்கள். இவர்களும் ஒரு விதத்தில் சன்னியாசிகள்தான். பகல் வேஷ சன்னியாசிகள்.

நான் ஏன் இங்கு வந்தேன்? நான் இங்கு வேண்டப்படாதவன். என் வயதில் அந்த நிலைமை கஷ்டமாயிருக்கிறது. வயதானவர்கள், அவர்கள் வீட்டிலேயே, அழையா வீட்டுக்கு நுழையாச் சம்பந்தி. இங்கு வந்து இன்னும் கடியாரத்தின் இரண்டாவது வட்டம் முழுதாக முடியவில்லை. நான் என் குடிசைக்கு ஏங்க ஆரம்பிச்சாச்சு.

# 12

**நு**ண்ணறிவின் உள் உணர்வின் தட்டி எழுப்பலில் விழித்துக் கொண்டேன். அறையில் நான் தனியாகயில்லை. 'யாராது?' நாக்கு எழவில்லை. கேள்வி நெஞ்சிலேயே சுருண்டுகொண்டது. சுவர்கள் ஒட்டிய மூலையிருளினின்று உருவம் பிரிந்து வந்து கட்டிலில் என்னருகே, ஒருக்களித்திருந்த என் உரு வளைவு கொடுத்த இடத்தில் அளவு பிடித்தாற்போல் உட்கார்ந்துகொண்டது. ஆனால், என் உள் நினைப்பில் அடித் தடத்தில் கமழும் எண்ண மண்டலத்தில் உன்னை எதிர்பார்த்துக் கொண்டு தானிருந்தேன்.

அசதி வடிய உருவி விட்டாற்போன்ற அயர்ந்த நித்திரையினின்று துல்லியமான விழிப்பு. விரல் நுனிகள் என் முகத்தைத் தொட்டன. வானில் நிலாக் கொம்பு முளைத் திருக்கிறது. நீலம் பூத்த பனி மூட்டத்துள் மோனம் ஸ்புடம் வைத்திருக்கிறது.

என்னையறியாமல் என்னின்று-

–"என்ன பெருமூச்சு? யாரென்று நினைத்தீர்கள்? கள்ளப் புருஷனிடம் வந்திருக்கேனா? கணவனேதான் கள்ளப்புருஷன் எனக்கு!"

"சீ, இதென்ன பேத்தல்?"

பெருமூச்செறிந்தாள். மறுபடியும் கன்னத்தை வருடல் ஜன்னலிலிருந்து (கை நீண்டல்) எட்டிப் பிடிக்கலாம்போல் ரஸகுண்டுபோல் வானத்தில் தொங்கிய ஒரு நக்ஷத்திரம் சிவந்து தனல் கட்டியாக மாறியதுபோல் எனக்குத் தோன்றிற்று.

–"மறுபடியும் நமக்கு வாழ்வு கிடைக்குமா?"

–"எந்த சினிமா? வயதுக் கேற்ற மாதிரி நடந்து கொள்ள மாட்டோமா?"

"சத்யம் ஹ்ருதயத்திலிருந்து வர வார்த்தை."

"இந்த வயசில் வாழ்வென்று என்னிடம் என்ன எதிர் பார்க்கிறாய்?" எனக்கு ஒரு கண் ஜன்னலுக்கு வெளியேதான். பப்பாளிப் பழத்தில் ஏறிய கத்திபோல், 'கீச்' என்று கூர்ப்பாய், கூம்பியதோர் பக்ஷி சப்தம் வான்மெத்தில் செருகிக் கொண்டது. குன்னக்குடி வயலின் ஸன்னம்போல்... "உனக்கு ஒரு பாட்டுத் தெரியுமா? மீசை நரைச்சு போச்சே கிழவா–" முதலடி மட்டும் எடுத்துக் கொடுக்கிறேன். "பாட்டு ரொம்பப்பழசு. ஆனால் உங்களுக்குப் புதுசு. உங்களுக்குப் பழசெல்லாம் புதுசுதான்."

"எப்பவு கேலிதானா?"

"என்னைப் பார்த்தால் கேலி பண்றவன் மாதிரியாயிருக்கு? நடை நாலுஅடி கூட ஆகிவிட்டால் புறங்கால் அப்பம் கண்டு கொள்கிறது. நாலுபடி கூட ஏறினால் மூச்சு இறைக்கிறது.

"என்னைச் சொல்லிட்டு நீங்கள் இப்போ லிஸ்ட் போடறேளா?"

திடீரென்று எனக்கு ஞாபகம் வந்தது.

"அவளுக்கென்ன, அசந்து தூங்கறாள். என் பக்கத்தில்தான் படுத்திருக்காள். நான் நம்மைப்பத்திப் பேசிண்டிருந்தால் அவளைப் பத்தி இப்போ என்ன நினைப்பு?"

"வழியாதே. எனக்குப் பொறுப்பில்லையா? அவளை அவள் வீட்டில் போய் ஒப்படைக்க வேண்டாமா?"

"அப்போ திரும்பிப் போகப் போறேளா?"

"சிரிப்பு மூட்டாதே இதென்ன கழைக்கூத்தாடித் தனம்?"

"அப்படின்னா புரியல்லியே!"

"கழைக் கூத்தாடி மேளம் அடித்துக் கூட்டத்தைக் கூட்டுகிறான். வித்தை காண்பிக்கிறான். வித்தை முடிஞ்சது. வந்தவாள் எல்லாம் அவனிடத்திலேயே தங்கிடறாளா? தங்கிட முடியும்? அதுதான் கழைக் கூத்தாடியின் எண்ணமா? வேடிக்கை பார்க்க வந்தால் எல்லாருமே விரிச்ச துணிமேல் காசைப் போடறாளா?"

செவிகளைப் பொத்திக் கொண்டாள்." என்ன கொடுமை, என்ன கொடுமை?'

" என் பாஷை பிடிக்கவில்லை போலும். உடம்பு சுகமில்லையென்று கடிதாசு போட்டு வரவழைத்துவிட்டு உடனே பிள்ளைக்குக் கலியாணம் என்கிறாய். திரும்பிப் போகப் போறாயா என்று கேட்கிறாய். 'தோ தோ' ன்னா நாய்க்குட்டி வரணும், தூ தூன்னா நாய்க்குட்டி போகணும். வாட் இஸ் திஸ்?" கோணி ஊசி குடைந்து கொண்டு எனக்கு எச்சி மண்டைக்கு ஏறிற்று.

"உஷ்!–"

"சரி!"

மோனம்.

நூலின் சிக்கலில் நுனியைத் தேடி இன்னொரு சரடை இழுத்தாகிறது. குரல் அது மாதிரி ஸன்னமாய், தயக்கமாய், முனகலாய்.

"நீங்கள் நினைச்சுண்டிருக்கிற நினைப்பில் நான் வரல்லே. எனக்குத் தெரியாதா? நான் மட்டும் குமரியா? பகலெல்லாம் உழைச்சிட்டு உடம்பு செத்துக் கிடக்கு. நம்மிடையில் இனி என்ன, ஒருத்தருக்கொருத்தர் துணைப் பேச்சுத்தான் –"

"நம்மிடையில் பேச்சுக்கு என்ன இருக்கிறது?"

"அப்படி சொல்லிட்டா?"– திடீரென்று அவளுக்கு அழுகை வந்துவிட்டது. எனக்கு உடம்பும் சரியில்லை. இத்தனை நாள் கழிச்சு வந்தும் இப்படி விஷயத்தைக் கக்கணுமா?"

"பிறவிக் குணம் பிறவியோடுதான் போம். சரி நான் இங்கு வந்து ஒரு பகலுமாச்சு. ஒரு இரவுமாச்சு. இன்னோரு பகல் வரப் போறது. இந்திரக் கோழி கத்தப் போறது. உனக்கு என்ன உடம்பு என்று இன்னும் தெரிஞ்சுக்கப் போறேன். இல்லை, ஒருவேளை நான் வந்தவுடனே சரியாய் போயிட்டுதா?"

"அப்படியே உங்கள் புண்ணியத்தில் குணமானால் நல்லதுதான்." கண்ணீரைத் துடைத்துக் கொண்டு உடனே சிரித்தாள். அவளுடைய பலவீனம் அதுதான். பலமும் அதுதான். பலவீனம் பலம்–கவர்ச்சி.

"மதுரம் நீ இன்னும் கொஞ்சம் ரோசத்தைக் கொண்டாடினால் உனக்கே நல்லது."

"என்னால் அது முடியாத காரியம். உங்களுக்கே தெரியும். உங்கள் மாதிரி நினைச்சுண்டேளா? பாம்பு புத்துக்குள்ளேயே தன் குரோதத்தைத் தவங்கிடக்கே, அதுபோல–என்ன உடம்பை சிலித்துக்கறேள்?"

"–நீ பாம்பு என்றதுமே எனக்கு ஏதோ ஞாபகம் வந்தது. முந்தாநாள் இரவுதான் ஒரு நாகம் பார்த்தேன்.–"

"–கடிச்சுடுத்தா?" திடீரென்று பரபரப்பானாள்.

"கடிச்சுட்டால் உன்னோடு இங்கே இப்போ உதவாக்கரையா – என்னமோ அத்தைக்கு மீசை முளைத்தால் என்பதைப்போல் –இந்த வெட்டி பேச்சு பேசிண்டிருக்க முடியுமா?"

"நீங்கள் பாம்பு என்றவுடனேயே பயந்து போயிட்டேன். இப்படித்தான் சில சமயங்களில் அசடாயிடறேன்."

"ஆமாம். சீதை அரண்மனை தாண்டியவுடன் இதுதானா ஆரண்யம்னு கேட்டாளாம். அதுபோல் ஒரு அசடு நடிப்புக்கலை நாட்டில் அந்த அளவுக்கு முன்னேறியிருக்கிறது. நாங்கள் அதை மேடையில் மட்டும் கண்டு ரசிச்சோம். அது இப்போ வீட்டுக்குள்ளேயே வந்து விட்டது. இதிலிருந்து நான் தப்பி ஓடினேன். திரும்பி வந்தால் இன்னும் கெட்டியா வேரோடு கூரையைப் பிளந்துண்டு இலையும் கிளையுமா பரவி–"

"ஆமாம், நீங்கள் பேசறது மட்டும் நாடக பாணியா இல்லையா?"

அவள் சொல்வது சரிதான். மௌனமானோம்.

"நாம் புட்டுக்கணும்."

"இப்போ என்னவாயிருக்கோம்? ஒற்றுமையாவா இருக்கோம்?"

தலையிலடித்துக் கொண்டாள். "நம்மையா சொன்னேன்? ராமா, நாம் இங்கிருந்து புட்டுக்கணும்".

"ஓ!"

"அந்த 'ஓ'வுக்கு என்ன அர்த்தம்?"

"உஷ்"!–

பித்தளைப் பாத்திரத்தில் மழை ஜலம் விட்டு விட்டு இனிமையான சொட்டு சொட்டு.

"ப்ரபு".

கொட்டின தேன்மேல் உதிர்ந்து ஒட்டிக் கொண்ட பூவிதழ்கள்.

"இப்படித்தான் சில சமயங்களில் அவனுக்குத் தூக்கம் வராவிட்டால் கிட்டாரைத் தட்டிண்டிருப்பான்."

இட்ட கோலம் சோம்பல் முறித்தாற்போல் முனகல்கள்.

இருளோடு இழைத்த சிறுத்தை புள்ளிகள், மீசை அசைவுகள், திடீர் திடீர்ச் சீறல்...

அடங்கி ஓயும் உறுமல்கள், அதிலிருந்த வெடிக்கும் தும்மல்கள்...

இத்தனையும் ஒன்றுசேரப் பார்க்கும் ஒரே கோடருவி.

அதனுள் ஆங்கும் ஈங்கும், ஒற்றையும், இரட்டையுமாய் முளைத்துப் பூக்கும் நீலக் குபீர்குபீர்கள்.

“மதுரம், ப்ரபு என்ன வேதனைப் படுகிறான். வேதனை உறுத்துகிறான்; என்னத்தைத் தேடுகிறான்?”

“அப்பாவும் பிள்ளையும் சேர்ந்து அர்த்தம் பண்ணக் கேட்க வேண்டாம். பண்ணின அர்த்தமும் உங்கள் ரெண்டு பேருக்குத்தான் புரியும். உங்களுக்குப் பதில் சொல்லணும்.”

“அவன் கெட்டான் குடிகாரன் எனக்கு ஒரு மொந்தை போடு–”

“ரொம்ப சரி. எனக்கு என் அர்த்தம். என்ன சொல்கிறீர்கள்?”

இ.சி.ஜி. நில ஓட்டத்தில் துடிப்பு தடுமாறுவதுபோல், கிதார் நாதம் தத்தளித்தது.

என் கட்செவியில் அதை பார்த்த வண்ணம் அல்ல, கேட்ட வண்ணம் அல்ல, பார்த்த வண்ணம் கேட்ட வண்ணம், “என்ன சொல்லணும்?”

“நம் புது வாழ்க்கை –”

“மதுரம், நாம் என்ன சின்னக் குழந்தைகளா, சொப்பு வைத்து விளையாட? நான் வீட்டை விட்டு ஓடிப் போனவன் என்று பேரை கட்டிக் கொண்டபின், நீ என்னோடு புது வாழ்க்கை தேடுவதன் அர்த்தம் என்ன? நம் பாதைகள் பிரிந்து போயாச்சு–”

“பிரிஞ்சால், பிரிஞ்சே போயிடுமா? போயிடணுமா? திரும்பி சேர்வது கிடையாதா? அப்படி நீங்கள் ஓடிப்போனேன்னு சொல்றதக்கு நாங்கள் என்ன புலியா சிங்கமா? அப்படி என்ன செய்து விட்டோம்?”

“இந்தப் பழைய பாடம் திருப்பல் உனக்கு அலுத்தப் போகல்லியா? எனக்கு அலுத்துப் போச்சு.”

“சொல்லுங்களேன், கேட்டுக்கறேன். கேட்டு நாளாச்சு–”

“ஓஹோ. கேலி வேறா? ஒரே வார்த்தையில் சொல்கிறேன். ஏற்கெனவே சொன்ன வார்த்தைதான். உங்களுக்கு வேர் கிடையாது. எனக்கு என் வேர்களைப் பிடுங்கிக் கொள்ள முடியவில்லை.”

சிரித்தாள். "அதுக்குத்தான் சொல்லச் சொன்னேன். உங்கள் பாஷை எங்கே புரியறது?"

"உனக்குப் புரிஞ்சுக்க இஷ்டமில்லையென்று சொல். இதென்ன, கூடைக்காரியுடன் கத்திரிக்காய் பேரமா? இதோ பார் மதுரம், வெட்கத்தை விட்டால் எப்படி வேணுமானாலும் வாழலாம்."

"என்ன பெரிய பேச்சாப் பேசறேள்? நாங்கள் என்ன அவிழ்த்துப் போட்டுண்டு ஆடறோமா?"

"சரிவிடு, நீ இப்போ என்ன புதிதாய் வாழ்வைத் தேடறே?"

"எனக்கு இங்கே பிடிக்கல்லே."

"ஆ, வந்தையா வழிக்கு? உனக்கு இப்போ பிடிக்கல்லே. எனக்கு அப்பவே பிடிக்கல்லே. அவ்வளவுதான் விஷயம்."

"சரி இப்போ என்ன சொல்றேள்?"

"என்னோடு வரேன் என்கிறாயா?"

அவள் தலையை ஆட்டுவது தெரிந்தது.

"மதுரம், இந்த உர்ஸ் பண்ணும் சமையல் வாயில் வைக்க வழங்காது."

தலையில் அடித்துக் கொண்டாள்.

"நான் வந்தப்புறம்கூட அவள் சமைத்து நாம் சாப்பிடணுமா?"

"அங்கு என் வாழ்க்கை மட்டம் உனக்குத் தெரியாது. ஏதோ வீம்புக்கு வாழறேன். நீ தாளமாட்டாய். அந்தக்களனே வேறு."

"அப்போ அப்படியாவது அங்கே இருந்தாகணுமா? நீங்கள் திரும்பிட வேண்டியதுதானே! உங்கள் பிள்ளைகள் உங்களைப் போபோன்னு விரட்டினாளா? நீங்களாத்தானே ஒரு நாள் திடீர்னு காணாமல் போயிட்டேள்? உங்களைத் தேடாத இடம் பாக்கியில்லை. குழந்தைகளும் நாங்களும் எப்படித் தவிச்சுப் போயிட்டோம் தெரியுமா? மூணு நாளைக்கு யார் ஒழுங்கா சாப்பிட்டா? இது வீம்பு பிடிக்கற வயசா உங்களுக்கு? யோசித்துப் பார்த்தேளா? நமக்கு உடல் ஒடுக்கம் ஓங்க ஆரம்பிச்ச பிறகு சிறுசுகளின் தயவு நமக்கு இனிமேல்தான் தேவை."

"ஓ. உனக்கு எத்தனை நாக்குப் பேசும்? மடக்குக் கத்தி மாதிரி உன் வாயில் பன்னிரண்டு ப்ளேடா–இன்னும் கூடவா? ஒண்ணு தெரியறது. என்னை நீ உடம்புன்னு ஏமாற்றி வரவழைத்து விட்டாய்."

லா.ச. ராமாமிர்தம்

“அதில் என்ன ஏமாத்தல் இருக்கு? உடம்பு எனக்கு சரியாத் தானில்லை.”

“இருக்கலாம். ஆனால், உன் உண்மைக் காரணம். சாமாவின் கலியாண சமயத்துக்கு, நீ மஞ்சள் குங்குமத்துடன் தனியா நிற்க முடியுமா! புருஷன் என்கிற பேரில் ஒரு தவிட்டுப் பொம்மையானும் உன் பக்கத்தில் நின்றால்தான் உனக்கு மவுசு—அல்லவா?”

பதில் சொல்லத் தவித்தாள். ஆனால் வாய் வரவில்லை. ‘குபுக் குபுக் குபுக்’ கிதார் கொந்தளித்தது.

நான் இரக்கமற்றுத் தொடந்தேன். “என்மேல்தான் தப்பு. நீ வரவழைத்தால் நான் வரணுமா? இத்தனை நாட்கள் ஒண்ணுமில்லாமல், இன்னிக்கு உனக்குப் புரைக்கேறினால் அது என்ன நினைப்பால் என்று நீ சொன்னால் நான் நம்பணுமா? காரணம், நீ பண்ணின புளிக் கீரையாயிருக்கும். அந்த இடத்தில்தான் பழக்கத்தின் பலவீனம் ஓங்குகிறது. மதுரம், நாம் ஒருவருக்கொருவர் ஏமாற்றிக் கொள்ளும் இந்தப் பாசம் அன்பு என்பதெல்லாம் பாதித்த ஒரு சூழ்நிலையின் பழக்க தோஷம். நித்த நித்தம் சில முகங்கள், சில நடமாட்டங்கள் நடத்தைகளுக்கு மனசு பழக்கப் பட்டு விடுகிறது அவ்வளவுதான். அதுவேதான் நுகத்தடியாகவும் மாறி விடுகிறது. உள்ளே இருக்கவும் முடிய வில்லை, வெளியே வரவும் தைரியமில்லை, என் மாதிரி ‘லக்னத்தில் குரு’ ஜாதகங்கள் ஒன்று அரைக் கேஸ். திமிறும் போது கெட்ட பேரை வாங்கிக் கொள்கிறோம்.”

“உங்கள் கொடுமை கொஞ்சம்கூட மாற வில்லை, இந்த வயசில் இந்தப் பிடிவாதம் வேண்டாம் உங்களுக்கு.”

“எல்லாம் நடக்கற வரையில்தான். செல்லும்வரை என் செயல், மிச்சம் நாராயணன். செத்த பிறகு, கார்ப்பொரேஷன் தொட்டியில் எறிஞ்சாலும் சரி, பூப்பல்லக்கு கட்டினாலும் சரி. பிணத்துக்குத் தெரிஞ்சு என்ன ஆகணும்? அதுக்கு இரண்டும் ஒண்ணுதான்.”

“பஞ்ச பாண்டவா மாதிரி, மூணு அர்ச்சுனனைப் பெத்துட்டு இந்த அதிகப் பாட்டு ஏன் பாடணும்?”

“சரியாப்போச்சு, நெருப்பு குச்சியை யார் கிழிச்சு வெச்சாலும் எரியும்னு என் அம்மா ஒரு சமயம் எனக்குச் சொல்லியிருக்கா. இத்தனைக்கும் நான் என் அம்மாவுக்கு ஒரு பிள்ளை, நீ மூணுக்குக் கணக்கு பண்ணப் போயிட்டே!”

“நாம் என்ன பேசிண்டிருக்கோம்?”

“ஒருவரையொருவர் ஆழம் பார்த்துண்டிருக்கோம். இதைவிட வெறுக்கத்தக்க விஷயம் இருக்க முடியாது–ஆமாம், நம்முடைய வின்னணி சங்கீதத்தில் என்ன திடீர் ப்ரேக்?”

மதுரம் எழுந்து விரைந்து சென்றாள்.

நான் எழுந்து தலையணையில் சாய்ந்தேன். களைப்பு மிகுந்தது எனக்கு. ஏன் இப்படி நெஞ்சொன்று நினைக்க, நா ஒன்று பேசுகிறது? நான் ஏன் பிளந்த மனிதனாகி விட்டேன்?

தடதடவென ஓடி வந்து விளக்கைப் போட்டாள். மதுரத்தின் முகம் சுண்ணாம்பாய் வெளுத்திருந்தது.

“உர்ஷ்–உர்ஷ்–”

“என்ன? என்ன?” அலறி புடைத்துக் கொண்டு எழுந்தேன்.

காணோம் என்கிற சைகையில் அவள் கைகள் சிலம் பாடின.

# 13

"உர்ஸைக் காணோமா? என்ன பேத்தறே? ...பாத்ரும்–"

அவள் விழிகள் பிதுங்கின. வலது சுட்டுவிரல் இடது பக்கத்து அறையை நோக்கிக் காற்றை அவசரமாய்க் கொத்திற்று. கிதார் சத்தம் அங்கிருந்துதான் வந்தது. இப்போ நின்று விட்டது. அவள் குறிகாட்டிய அர்த்தம் மண்டையில் ஊறியதும் எனக்கு முதுகுத் தண்டு சில்லிட்டது. மைகாட்! எழுந்து ஓடிப்போய் அறைக்கதவைத் தட்டினேன். ஊஹும். தானாகவன்றி, தட்டித் திறவாது.

"ப்ரபூ! ப்ரபூ!"–ஊ–ஹும்.

என்னிடத்துக்குப் போய் கட்டிலில் அமர்ந்து தலையை இரு கைகளாலும் பிடித்துக் கொண்டேன்.

"என்ன அக்ரமம்! கண்ணெதிரிலேயே–அசலாத்து சொத்து–அடிவயத்தில நெருப்பு, ஐயோ என்னால் தாங்க முடியல்லியே!–"

துணுக்குத் துணுக்காக வார்த்தைகள் என் நெற்றிப் பொட்டைத் துருவின. எரிந்து விழுந்தேன். "எறியற நெருப்பில் எண்ணெயை விட்டுண்டு...!"

"நீங்கள் அடக்கினது போதும்." சட்டென என் பக்கம் திரும்பிச் சீறினாள். "பிறந்தியார் நகையைப் போட்டுண்டு கலியாணத்துக்கு வந்து மினுக்கற மாதிரி! நீங்கள் இவளை இங்கு கொண்டு வராட்டா என்ன? உங்கள் சமாசாரம் எனக்குத் தெரியாதா என்ன? ஐயே, ஆண்களே உங்களுக்கு இதில் என்ன பெருமையோ?" தலையில் அடித்துக் கொண்டாள். "இதிலே வயசாயிடுத்துன்னுவேறே சொல்லிக்கிறேள். மீசை நரைச்சுப் போச்சேன்னு பாடி வேறே என்னை ஏசறேள். ஆனால் இதெல்லாம் சபலம்

இல்லைன்னு நீங்கள் மனசார மறுக்க முடியுமா? இதுதான் இன்னும் ஆபத்து. நெருப்போடு விளையாடற சமாசாரம். புலி வாயில் தலையைக் கொடுக்கற சமாச்சாரம்! கொடுத்துட்டு அது தலையைக் கிள்ளிடுத்துன்னு குத்தஞ் சொன்னால் என்ன அர்த்தம்! புலி சுபாவம் கிள்ளாமல் என்ன பண்ணும்? சுபாவத்தோடு விளையாடலாமா? ஐயோ என்னால் தாங்க முடியல்லியே!" வயிற்றைப் பிடித்துக் கொண்டு தரையில் உட்கார்ந்துவிட்டாள். "உங்களுக்கொரு பெண் இருந்தால் இந்த மாதிரி வேடிக்கை பார்ப்பளோ?"

நான் படம் ஒடுங்கிப் போனேன். விஷயத்தின் குரல் வளையைப் பிடிப்பதில் அவர்களுக்கு நிகர் அவர்கள்தான். நான் வெடியோடு விளையாடிக் கொண்டிருப்பது எனக்கே தெரியவில்லை. என் வயசும், அனுபவமும், அகந்தையும் என்னவாச்சு!

"உர்ஸ் என் பெண்மாதிரி"–முனகினேன்.

"ஐயே!" கையைக் காட்டிக் கொண்டு நாக்குப் பழித்தாள். "பாசம் ஒழுகறதை பாரு!" வேஷத்தைப் பூரா கலைச்சாச்சு. அந்த காளி வெறிப்பார்வையும் முகத்தின் கொடுரமும் எல்லாமே பூச்சுக்கள் எனும் உண்மை இப்படித்தான் எனக்குப் புலனாகணுமா? இதில் நான் மட்டும் என்ன?

"எல்லாத்துக்கும் காரணம் நீங்கள்தான். 'ஹாய்யா வீட்டை விட்டு போயிட்டேள். நாம் பெத்தது நமக்குச் சரியில்லாட்டாலும் நாம் பெத்ததை நாம் அனுபவிக்க வேண்டியதுதான். நான் இப்போ அனுபவிக்கல்லே? நீங்கள் விட்டுட்டுப் போனதால் அதுகள் திருந்திடுத்தா? அதுகளுக்கு இன்னும் குளிர் விட்டுப் போச்சு."

"நான் கண்டித்த சமயத்தில் அவர்களோடு நீயும் சேர்ந்துண்டு கூத்து அடிச்சதில் குறைச்சலில்லை. இப்போ என்னை குற்றம் சொல்ல வந்துட்டையாக்கும்!'

"அதுக்காக! நாம், பெத்தத நாமே விட்டுக் கொடுத்துட முடியுமா? அக்கடான்னு நீங்கள் அஞ்சு வருஷம் தலைமறைவாயிட்டேள். சியமந்துதான் சோறு போடறான்!"

"வாஸ்தவந்தான். அவனை ஆளாக்கி விட்டதுக்கு, அவன் தாயாருக்கு சோறு போடறது பெரிசுதான். அதுக்கு அவன் தாய் மெச்சிக்கிறது அதைவிடப் பெரிசுதான். ஆமாம், இப்பத்தான் உனக்கு இங்கே பிடிக்கல்லே, 'என்னோடு வந்துடறேன் எனக்குப் புதுவாழ்வு வேணும்'னே அடுத்தே தராசு எதிர்பக்கம் சாஞ்சாடும் உனக்கு எத்தனை நாக்கு மதுரம்?"

அவள் பதில் பேசவில்லை. அவளுடைய வெறி தணிந்ததுமே ஆயாசம் மேலிட்டு, தரையில் முன்றானை விரித்துப் படுத்து விட்டாள். என்னத்தையோ புரிந்தும் புரியாமலும் முனகிக்கொண்டே, குழறிக் கொண்டேயிருந்தாள். எனக்குப் பயமாய்கூடப் போய்விட்டது. நாக்கு, கீக்கு இழுத்து விட்டதா?

எத்தனை நாழி இப்படியே இருந்தோமோ?

விடிநேரம் நெருங்கிக் கொண்டிருக்க வேண்டும். எங்கோ தூர, கார், பஸ் சத்தம் கேட்க ஆரம்பித்தாகி விட்டது. பக்கத்தில் பெரிய விடுதியிருக்கிறதோ தெரியவில்லை. தண்ணீர் பம்பு டாங்குக்கு அடிக்க ஆரம்பித்து விட்டது. கலகலவென்று பால் புட்டிகள் ஒன்றுடன் ஒன்று இடித்துக் கொண்டு டிப்போவில் இறங்குகின்றன.

பக்கத்து அறைக்கதவு மெதுவாக திறக்கும் சப்தத்தில் கிறீச்சிடுகிறது...

ப்ரபு எங்களை மாறி மாறிப் பார்த்துக் கொண்டு வாசல்படியில் நின்றான். உதட்டோரம் குழிந்தது.

"ஹல்லோ?"

எழுந்து சென்று கன்னத்தில் ஒரு அறை அறைந்தேன். கன்னத்தைப் பிடித்துக்கொண்டான்.

"திருப்திதானே?"

அந்தக் கேள்வியில் சிந்திய அலஷியத்துக்கு என்னைக் கைமிஞ்சியிருந்தால்கூடத் தாங்கிக் கொண்டிருந்திருப்பேன்.

அவன் ஒன்றுமே பேசவில்லை.

திடீரென்று அவன் அறைக்குத் திரும்பிச் சென்று உடனே வெளிப்பட்டுத் தடதட என்று மாடியிறங்கி சென்று விட்டான்.

தோளில் கித்தார் தொங்காட்டம் ஆடிற்று, அவனை நான் பார்த்தது அத்தோடு கடைசி, சில தீர்மானங்கள் முன்னாலேயே தெளிவாகிவிடும். தெரியாவிட்டாலும்.

வடிகால் காணாத சீற்றம் என்னை அவன் அறைக்குத் தள்ளிக்கொண்டு போயிற்று.

உள்ளே சிலை நின்றுகொண்டிருந்தது.

"உம்–புறப்படு!"

புருவங்கள் வினாவில் உயர்ந்தன.

"கிளம்பு ஐ டோன்ட் கேர்." வெறி பிடித்துக் கத்தினேன். "உன்னை உன் தகப்பனிடம் ஒப்படைச்சப்புறம் எப்படியேனும் குட்டிச் சுவராப்போ!"

சிலை புன்னகை புரிந்தது. எனக்கு மண்டை திகுதிகுவென எரிந்தது. வியர்த்தத்தில் அவள் தோள்கள் தூக்கிச் சலித்தன.

"உம் சீக்கிரம் புறப்படு, எட்டு மணிக்கு வண்டி!"

எங்கள் பட்டணப் பிரவேசம் முடிந்தது.

காலை வண்டி காலியாகக் கிடைக்கும் என்கிற நினைப்பில் வருகிறோம். அப்படியே நினைத்துக் கொண்டு மற்றவரும் வருவதால், காலி வண்டியில் அன்று கூட்டம் வழியும்.

ஆனால், இன்று அப்படியில்லை. ரிஸர்வேஷன் இல்லாமல் வந்த திடீருக்கு –அவசரத்துக்கு இடம் செளகர்யமாக, ஏன் தாராளமாகவே இருந்தது. ஆனால், அவர்களுக்கு மூட்டை முடிச்சு என்ன தட்டுக்கெட்டுப் போனது?

அவள் கையில் அவள் பெட்டியோடு சரி.

அவரிடம் அதுவுமில்லை.

புக்கிங் கிளார்க் ரொம்பவும் ஒத்தாசையாயிருந்தான். அவர்கள் பட படப்பைக் கண்டு க்யூ தாண்டி அவர்களுக்கு டிக்கெட் வழங்கிவிட்டான்.

அவள் பின்னால், கிழவரை ப்ளாட்பாரத்தில் நின்ற ஒரு இளவல் அலாக்காகத் தூக்கி பெட்டியில் தள்ளிக் கொண்டிருக்கையிலேயே வண்டி நகர ஆரம்பித்துவிட்டது. கெடுபிடி அடங்கி, மூச்சை வாங்கிக் கொண்டு அந்தப் பையனுக்கு வந்தனம் கூறுவதற்காக அவன் பக்கம் திரும்புவதற்குள் வண்டி அவுட்டரைக் கடந்து கொண்டிருந்தது.

கிழவருக்கு நெற்றி முத்திட்டு விட்டது. இந்த ப்ரயாசையே தாங்க முடியவில்லை. மனச்சலிப்புகூடச் சேர்ந்த பின் என்ன செய்ய முடியும்?

தள்ளாமை என்பது இதுதானோ?

உதவியாகவும் ஆளைத் தள்ளி விடுகிறார்கள், அந்த பையனைப்போல்.

வேண்டாவிட்டாலும் இடித்துத் தள்ளுகிறார்கள்.

தனாகவும் தள்ளாடுகிறது.

தாம்பரம் தாண்டினதும் பித்த வெய்யிலோ ஏனோ வாயில் ஜலம் ஊறி ஊறி வாந்தி வருவதுபோல் மறுக்கி ஆளை வில்லாய் வளைத்தது. ஜன்னலுக்கு வெளியே தலையை நீட்டிக் கொண்டு தவித்தார். முகம் குங்குமப்பிழம்பாய்.

அவரைப் பிடித்துக் கொண்டு அவள் முன்வந்தாள். ஆனால் அவர் கையைப் பலமாக ஆட்டி, அவள் கையைத் தீர்மானமாக உதறினார். அவர் கண்கள் கொதித்தன அடர்ந்து நரைத்து கண்குழிமேல் தொங்கும் கரடிப் புருவங்கள்.

செங்கல்பட்டு வந்ததும் நாலு இட்லி, இரண்டு வடை பார்சல் வாங்கி அவள் எதிரே வைத்தார்.

விழுப்புரத்தில் இரண்டு பொட்டலம் சாம்பார் சாதம், இரண்டு பொட்டலம் தயிர் சாதம்.

அவர் செய்கையில் கருணை, ஆதரவு, உபசரிப்பு இல்லை.

'தொலைச்சுக்கோ, சனியனே' என்கிற மாதிரி.

பொட்டலங்களை அவருடன் பகிர்ந்து கொள்ள அவள் முன் வந்தபோது, கையை ஆட்டி மறுத்து விட்டார். ஆனால், இளம் வயிறு பசிக்கிறதே! அவர் எப்படி கொடுத்தாலும் வாங்கி கொள்வதைவிட வழி?

திருச்சியில் ஒரு பன், ஒரு காப்பியோடு அவர் சரி.

அவளுக்கு பக்கோடா, பஜ்ஜி பொட்டலங்கள், டீ. மதுரையில் இரண்டு சாம்பார் சாதங்கள், இரண்டு தயிர் சாதங்கள்.

அத்தனையும் அவளுக்கே.

இதுவரை இருவரிடையிலும் ஓர் பேச்சுக்கூட தொடுக்கவில்லை.

திருமங்கலம்.

வண்டி திருமங்கலத்திலிருந்து புறப்பட்டபோது அவர்கள் ஜன்னலோரம் எதிர்க்கெதிர் உட்கார்ந்திருந்தவர்களின் இரு பெஞ்சிகளும் சொல்லிவைத்தாற்போல் காலியாயின. அந்த இடமே கூபேபோல் தனித்து விட்டது. அதுவே இந்த நாளில் ஒரு ஆச்சரியம்தான்.

"ஸாமியோடு ஞான் ஸம்ஸாரிக்கணும்."

கிழவர் பார்வை அவளைச் சிந்தித்தது. அவர் கண்களில் சுபாவமாக ஒரு ஏளனம் ஒளிந்த விளையாடும். அதே சமயத்தில், உதடுகள் செதுக்கலில் கீழுதடு ஒரு இம்மி பிதுங்கி-குரூரம் மிளிர்ந்தது.

# 14

## மீண்டும் கேரளத்தில் எங்கோ...

இவள் பட்டணத்தில் ஒன்று இரண்டு வார்த்தைகள் நல்ல தமிழே பேசிவிட்டு என்னோடு ஸம்ஸாரிக்கையில் மட்டும் ஏன் மலையாளம் கூடுகிறது? நடிப்பா? திடீரென மீறி வயது காட்டும் தோற்றம். தலையின் தும்பை நரைக்கும் இயற்கையாகவே வெளிறிட்ட நிறத்துடன் ரத்தம் வேறு சுண்டிப் போய், முகத்தில் தினுசான ஸெலுலாயிடு பளபளப்புக்கும், மெலிந்து சுருக்கம் விழுந்து நீண்ட விரல்களுக்கும் உறைபோல் தொடங்கிய வெள்ளை ஜிப்பா, வேட்டிக்கும் அவர் ஏதோ ஆவியுலகத்திலிருந்து அந்தத் தடத்தினர் அவரை பூமிக்குத் தள்ளி விட்டாற்போல் தோன்றிற்று.

அவள் முதல்முதலாகப் பேச்சுத் தொடுத்தபோது, வண்டி பூனலூரைக் கடந்து கொண்டிருந்தது. இனி மலை ப்ரதேசத்தின் செழிப்புள், கையால் தொட்டு விடலாம். குறுகிய பாறை நடுவில் இருப்புப் பாதை நுழைந்து மேடு தாழ்வுகளில் ஊசலாட்டமாய்ச் சென்று கொண்டிருந்தது. ஆயினும் இரவாதலின் கண் கண்டு அனுபவிக்க வாய்ப்பில்லை. சென்னைக்குப் போகும் போது இது வழியாகத்தான் போனோம் என்ற நினைப்போடு சரி.

இனிமேலேயே சற்று அடைப்பான உணர்வுதான். கஸ்தூரிப் பெட்டியில் அடைத்தாலும் மூச்சு திணறல்தான்.

அவள் குரல் அமைதியாகத்தான் ஒலித்தது.

“ஸாமி சித்தம் யாது? நேரே போயுன்னு அச்சனிடம் தள்ளிடணும் அல்லோ?”

“.........”

“ஸாமி அச்சனிடம் என்ன பறையும்? ‘நீங்கள் மோளே களங்கம் கண்டாச்சு’ அப்படித்தானே அல்லோ?

இதுவரை இதுபற்றி யோசிக்கவில்லை. யோசிக்க வேண்டிய விஷயம்தான். முழுக்க யோசிக்காமல் இல்லை. ஆனால் யோசிக்க பயம். மிஸ்டர் ஜியார்ஜ் பெரிய ப்ளாக் மெயில் மாஸ்டர் ஆச்சே! திறந்த வாயில் அவனுக்கு உரித்த பழம் விழுந்த மாதிரின்னா? அசம்பாவிதத்துக்குப் பரிகாரம், ப்ரபு இவளைக் கட்டிக்க வேண்டியதுதானே? எங்களுக்குள் பரஸ்பரம் என்ன தட்டுக் கெட்டுப் போச்சு?

இஷ்டப்பட்ட போது போவேன் எங்கென்று சொல்லேன்.

இஷ்டப்பட்ட போது வருவேன்.

யாருக்கும் நான் பதில் சொல்லத் தேவையில்லே.

இளைய தலைமுறையின் இந்த சுயேச்சை சித்தாந்தத்தின் விரிவு தானே இப்போ நேர்ந்திருக்கும் இக்கட்டு? காதல் தலையிலடித்துக் கொள்ளும் தலைவிதியாக மாறும் போக்கில் யாரை யாரிடமிருந்து நான் தப்புவித்தாக வேண்டும். முடியும்? இப்போத்தானே கொஞ்சம் கொஞ்சம் தெரிகிறது! அவசரப்பட்டு விட்டேனா?

“சாமியிடம் யான் பறையன்னு விஷயம் ஒண்ணு உண்டு. மிஸ்டர் ஜியார்ஜ் என் அச்சன் அல்லன். ஜியார்ஜிக்கு என்மேல் அதிகாரம் யாதும் இல்லா.”

கிழவருக்குக் கண்கள் விரிந்தன. ‘இதென்ன புது வெடிகுண்டு?’

“என் அச்சன் எவனுன்னு இன்னும் யான் அறியேன். அம்மை பறைய மறுத்துன்னு. ஞான் ரெண்டு வயது சிசுவாய் அம்மை ஜியார்ஜ் இடம் வந்துன்னு. அம்மைக்குத் திக்கில்லா. கிட்டிய பணி அது ரெண்டும் புரியும். கிட்டிய கூலி ஊணு கழிஞ்சு, மிச்சம் பாட்டில், எங்களுக்குப் பசி மறக்க. எங்கள் கஷ்டம் மறக்க வழி பாட்டில், கள்ளு ஒண்ணேதான் உண்டு. யாருக்கும் யார் மேலும் ஸ்னேகமில்லா. இப்படியே எங்கள் தாமஸம்.”

“ஆகவே யான் சாமியின் மோனை கண்டதும் என் வாழ்வுக்குச் சித்தம் யாதும் கிடைக்குமோன்னு ஆசைப் படுன்னு சாமி அதையும் சோதிச்சாச்சு.” கிழவர் சிரிப்பு புகைந்தது. “ப்ரபு உனக்கு என்ன செய்ய முடியும்.?”

“ப்ரபுவிடம் எனக்கு ப்ரேமம் கண்டுன்னு” அவள் குரல் நடுங்கிற்று. “ப்ரேமம், என்னைத் தீயாய்த் தஹிக்கும் ப்ரேமம், நாங்கள் இருவரும் ஒண்ணே ஓடம்.”

ரயில் டன்னலுள் புகுந்தது. உடனே விளக்கும் அணைந்தது. ஃப்யூஸ்? அவள் மூலையிலிருந்து அவள் குரல் சொட சொடத்தது,

"சாமிக்கு சம்சயம் வேண்டா. என்னை விவாஹம் செய்யுன்னு ப்ரபு வாக்குக் கொடுத்திட்டில்லா. எதுக்கும் ப்ரமாணங்கள் எங்களுக்கு இல்லை. யான் ப்ரபுவோடு வருன்னும், ப்ரபு எங்குபோயும் யானும் வருன்னு பறைஞ்சது, ப்ரவுக்கு சம்மதமில்லை." திடீரென்று சிரித்தாள். "யாங்கள் ஊணு கழிக்க யான் வேசியாகணும். வேறு ஏதும் யான் அறிஞ்சிட்டில்லாம். யான் சம்மதம். ப்ரபுவுக்கு அவ்வழி சம்மதமிருக்காது. யான் அறியும். என் ப்ராணகதிக்குத்தான் அடைச்சாச்சு. எங்கள் ஓடம் ஒண்ணு. எங்களுக்கு மோக்ஷம் இல்லா."

பிறகு அவள் பேசவில்லை.

* * *

ராக்கன், ரயில் விட்டு அடுத்து ஊருக்குப் பஸ் பிரயாண அலுப்பு இத்தனையிருந்தும் தூக்கம் மறுத்துவிட்டது. கயிற்றுக் கட்டிலில் புரண்டு புரண்டு முதுகு கன்றிவிட்டது. ஏதேதோ உருவங்கள், ஜியோமிதி வக்கிரங்கள், சதையும் நரம்பும் உரித்த எக்ஸ்–ரேக் கோடுகள், தந்திக் கட்டான்கள், அருவருப்பும் அச்சமும் ஊட்டும் வித விதமான நுங்கு நுரைகள் இமைத் திரையில தோன்றி உயிர்கண்டும், நெளிந்தும், பூத்து, பொங்கி வழிந்து, இழைந்து, மறைந்து மீண்டும் தோன்றி... விழி வலித்தது. நினைவு, விழுந்திருக்கும் அதலபாதாளத்தில் சாவை நாடிற்று. "போனால் தேவலை போயிட்டால் தேவலை" –இரண்டு உச்சாடணங்கள் ஜபம் கட்ட ஆரம்பித்துவிட்டன. வாய்விட்டு அலறணும்போல் தோன்றிற்று.

ப்ரபு நீ போனவன் போனவன் தானா? திரும்ப வந்திருப்பையா? நான் அங்கு விட்டு வந்தபின் நீ எங்கு போனால் என்ன என்று என்னால் இருக்க முடியல்லியேடா!

நானே இனி இங்கு எப்படி இருப்பேன்? முதலில் ஊரை விட்டு இங்கு வந்தது தப்பு. அதைவிடத் தப்பு, இங்கிருந்து அங்கே திரும்பிப் போனது. இப்படியெல்லாம் வரும் என்றா கண்டேன். மூட்டம் கலைந்த சிதையாகி விட்டேனே! அம்மா தாங்க முடியலியே!

"அட சட்!" வெடுக்கென உதறிக் கொண்டு எழுந்து உட்கார்ந்தார். இதே ஒப்பாரி என் ஆண்மைக்கத் தகுதியா? அடுத்தது என்ன? இந்தக் கேள்வி தோணும்வரை செத்துப் போய்விட்டேன் என்பது ஏது? ஊசி நுனியில் மத்தாப்புப் பொறியும் துணை வெளிச்சம் தானே!

ஆனால், இங்கு நேரம் தள்ளுவது இனி முடியாது. வட்டத்தின் விட்டத்தில் இன்னொரு குடிசையைத் தேடணும். அங்கேயும் ஒரு ஜ்யார்ஜ் இடம் மாட்டிக் கொள்ளக்கூடாது. உர்ஸ் கூடவே கூடாது.

என் சொத்துக்கள், புத்தகங்கள் இத்தனையும் தூக்க வழியில்லை. எண்சாண் உடம்புக்கு சிரஸே பிரதானம். சிரசுக்கு முழியே பிரதானம் என்கிற பழமொழிப்படி சிரிப்பு வந்தது. ஏதோ பொறுக்கி நாலைந்து... மிச்சத்தை ஜ்யார்ஜ் எடைக்கு போட்டு விடுவார். எனக்கு உயிர்நாடி. அவருக்கு ஒரு மொந்தைக்கு ஆனால் சரி. மதிப்பீடுகள் கண்ணெதிரேயே எப்படி மாறுகின்றன! எது நிரந்தரம்? சுயநலம் ஒண்ணுதான் நிரந்தரம்.

மதுரம், என்னை நீ வேடிக்கை பார்த்து விட்டாய். இந்த அஞ்சு வருடங்களாக நான் கட்டிக் கொண்டதாக நினைத்துக் கொண்ட கவசம் வெறும் துத்தநாகத் தகடிலும் மோசம் என்று நிரூபித்து விட்டாய். போனால் போகிறாள். ஆனால், அவளுக்காக மனம் இப்பவும் இரங்குகிறது. வெட்கக்கேடு அவள்மேல் உடல்கூட லேசாயச் சபலிக்கிறது. ஆனால், அங்கே திரும்புவதா?

அவளை இங்கே வரவழைத்துக் கொள்ளலாமா? அவளே வரேன்னு தானே சொன்னாள்!

அவளுக்கு இங்கு சிரமம்தான். அவளுக்கு பொழுது போக்குக்கு இங்கு வழியில்லை. கருணாகரனிடம் வசூலுக்குப் போகும் போது அவளையும் கூடவே அழைத்துக் கொண்டு ஒரு நாள் அரைநாள் திருவனந்தபுரத்தில் அறையெடுத்துக் கொள்ள வேண்டியதுதான். இரண்டாம் தேனிலவு. மற்றபடி நித்தியப்படி அவளுக்கு கஷ்டம்தான். நத்தை நத்தையா இந்தப் புழுங்கலரிசிச் சோறும், ஆள்வள்ளியும், நேந்திரம் பழமும் காசை வீசி எறிந்தால் இந்த நாளில் கிடைக்காத பொருள் உண்டா என்று எதிர் சவால் விடலாம். ஆனால், யார் எறியறா? பொறுக்க நான் காத்திருக்கேன். போதாதுக்குப் பிள்ளைகள் அனுப்பலாம். அவர்கள் கடமைதானே! இந்த நாளில் தூரத்துப் பச்சைக்குத்தான் அவர்களுக்கு நானும் சரி.

ஏன் இந்த சீமையில்தான் சிறையிருக்கணும்னு கட்டாயமா? இன்னும் கொஞ்சக்கிட்ட திருச்சி, தஞ்சாவூர், மாயவரம், திருவையாறு... காவிரிப்பாய்ச்சலின் வாழைக் கொல்லை, தென்னஞ் சோலை நடுவில் செல்லமா ஒடுங்கிக் கிடக்கும் குக்கிராமங்கள் எத்தனை இல்லை. சத்தமும் சந்தடியும் எனக்குத்தான் ஆகாது. ஆனால் அவளுக்காக விட்டுக் கொடுக்க வேண்டியதுதான். வீம்பு பிடிக்கும் வயசா எனக்கு இனிமேல்? இதை எங்கேயோ ஏற்கெனவே கேட்ட மாதிரியிருக்கே!

அவ்வளவுதான் சன்னியாசி பூனைக்குட்டி வளர்த்த கதைதான். சிறுகச் சிறுக விட்டுக் கொடுத்துண்டே போய் நானே எனக்கு காணாமல் போய் விடுவேன். இதுதான் நேரப் போகிறது. ஆனால், எனக்கு அசதி கண்டுடுத்து. அம்மா போனது போக, மிச்சத்தை முழுக்கவும் நான் இழக்காமல், எவ்வளவு சீக்கிரம் என்னை உன்னிடம் அழைச்சுக்கறையோ, உனக்குப் புண்ணியம். இதுக்குமேல் சொல்ல எனக்கு என்ன இருக்கு?

கண் அயர்ந்தது.

தை பிறந்தால் வழி பிறக்கும்.

மதுரம்! மதுரம்!! வாயேன்! அட வரையா?

உன் வருகைக்கு இப்படித்தானே காத்திருப்பேன்!

உன் வருகைக்கு அடையாளம் கதவு மெல்ல கிறீச்செல்லமா, மெதுவா, திருட்டுத்தனமா கேக்கறது. மதுரம், வரையா?

சில சமயங்கள், காத்திருந்து காத்திருந்து கண் அசந்துடுவேன். நீ வந்தது, உள்ளே வந்து விட்டது தெரியாது. மார்மேல் மெத்தென உன் உடல் அமுங்குகிறது.

–இறுக அணைத்துக் கொண்டார். கழுத்தைச் சுற்றி கைகள் பின்னின.

நான் சொர்க்கத்துக்குப் போயிண்டிருக்கேன். மதுரம், உனக்கு இன்னும், இந்த ஆர்வம்? கூந்தல் சரிந்து அடையாக முகம்மேல் விழுந்தது. மார்மேல் மார்புகள் அழுந்திக் குழைந்தன. அதரத்தை அதரம் தேடிற்று. மதுரம்! ஓ மதுரம்!!

ஆமா, மதுரம் இங்கே எப்படி வந்தாள்? எப்படி வர முடியும்? கனவு கண்டுண்டிருக்கேனா? அந்தக் கேள்வியிலேயே சட்டெனக் கனவு கலைந்தது. விழிப்பு வெடுக்கென்று வந்து விட்டது. ஆனால், இமைகள் திறக்க முடியவில்லை. கனவு இன்னும் அமுத்தறதா? மாரை அழுத்திய பாரம் குறையவில்லை. நினைவு மீண்டும்விட்டது. வாய்மேல் வாய் புதைந்து மூச்சு திணறிற்று.

கள் நெடி –

பயம் உருவெடுத்த அசுர பலத்தில் உடல் பலத்தின் உந்தல் ஒரு முடிச்சாகி, தன் பலம்கொண்ட மட்டும் இரு கைகளாலும் ஒரு தள்ளு தள்ளி அப்படியே தன்னையும் உதறிக் கொண்டு எழுந்தார். அடுப்பங்கரை திக்கில் அந்தக் கணம் ஒரு பந்தாய் விழுந்து மடேரென்று எங்கேயோ மோதிக் கொண்ட மாதிரி ஒரு அடங்கிய சத்தம். திரும்ப எழுந்து ஓடின மாதிரி சந்தடி கேட்கவில்லை. ஏதேனும்

வனவிலங்கு வழி தப்பி... புதுக்கிலி, தலைமேல் சுவற்றுக்கட்டையில் துழாவி தீப்பெட்டியைத் தேடியெடுத்து...

முதல் கிழிப்பிலேயே சுர்ர்ர்–

அம்மிக் கல்மேல் மண்டையுடன் ஒரு உருவம் கிடந்தது. ஆள்தான் கிட்டப்போய் சுடரை முகத்துக்கெதிரே பிடித்துப் பார்த்தார்.

மைகாட்! நீயா? ஏன்?

மணிக்கட்டைப் பிடித்துப் பார்த்தால் தாது கிடைக்கவில்லை. தொப்புளில் நரம்புகள் சுருட்டி பயம் முடிச்சேறியது. அவசர அவசரமாய் ரவிக்கையுள் கை புகுந்து மார்த்துடிப்புக்குத் தேடிற்று ஊஹும்.

"நோ! நோ!! நோ!!"

"எஸ்! எஸ்!! எஸ்!!" என்று உள்ளுணர்வு மறுத்துக்கேலி செய்தது. குடிசையின் நான்கு சுவர்களும் தழுவ வேகமாக நெருங்கின. குடிசையின் கூரை மண்டையுள் கேவிற்று. வெளியே ஓடி வந்தார். கால்கள் தாமே ஓடத் தலைப்பட்டன. விடிவேளையின் முன்னிருட்டு மரங்கள் கிளைகளை நீட்டித் தம் அடருள் அழைத்தன. பத்தடிகூடத் தாண்டவில்லை.

"எஸ்! எஸ்!! எஸ்!!!"–கேலி துரத்திற்று.

'ஸ்–ஸ்–ஸ்–'

வலது புறங்காலைச் சீறல் கொத்திற்று.

"அம்பீ!" வாய்விடாத எதிர் அலறல்.

தடுக்கி விழுந்து, உடலில் மணியாங்கற்கள் குத்தின.

இனி ஓட வேண்டிய அவசியமேயில்லை. நன்றாய்த் தெரிந்தது. இருந்தாலும், எழுந்து உட்கார்ந்து காலைச் சுற்றி இறுக்கிய, இன்னும் இறுகிக் கொண்டேயிருக்கும் முடிச்சைக் கழற்ற முயன்றார். முயன்றுகொண்டே இரு–ந்–ந்–ந்– – –

– – –

*(முற்றும்)*

## டிஸ்கவரி புக் பேலஸின் வெளியீடுகள் சில...

1. புயலிலே ஒரு தோணி (ப.சிங்காரம்) — ரூ 230
2. தஞ்சை ப்ரகாஷ் சிறுகதைகள் — ரூ 400
3. மீனின் சிறகுகள் (தஞ்சை ப்ரகாஷ்) — ரூ 250
4. குற்றப்பரம்பரை (வேல ராமமூர்த்தி) — ரூ 400
5. பட்டத்து யானை (வேல ராமமூர்த்தி) — ரூ 300
6. லாக்கப் (மு.சந்திரக்குமார்) — ரூ 120
7. லா.ச.ரா. தேர்ந்தெடுத்த சிறுகதைகள் — ரூ 330
8. அபிதா (லா.ச.ரா) — ரூ 80
9. புத்ர (லா.ச.ரா) — ரூ 100
10. பாற்கடல் (லா.ச.ரா) — ரூ 180
11. சிந்தாநதி (லா.ச.ரா) — ரூ 180
12. 100 சிறந்த சிறுகதைகள் (தொகுப்பு எஸ்.ராமகிருஷ்ணன்) — ரூ 800
13. கெடைக்காடு (ஏக்நாத்) — ரூ 170
14. ஆங்காரம் (ஏக்நாத்) — ரூ 200
15. உப்பு நாய்கள் (லஷ்மி சரவணக்குமார்) — ரூ 220
16. நீலப்படம் (லஷ்மி சரவணக்குமார்) — ரூ 200
17. மற்றும் சிலர் (சுப்ரபாரதிமணியன்) — ரூ 180
18. லாக்கப் (மு.சந்திரக்குமார்) — ரூ 120
19. தாய்வீடு கவிதைகள் (ராஜசுந்தரராஜன்) — ரூ 170